ഗ്രീൻ ബുക്സ്

മാറ്റിവെച്ച ഉടൽ

ഹ്യൂബർട്ട് ഹദ്ദാദ്

ടുണീഷ്യൻ എഴുത്തുകാരൻ, കവി,
തിരക്കഥാകൃത്ത്, ചെറുകഥാകൃത്ത്,
നോവലിസ്റ്റ്, അദ്ധ്യാപകൻ.
1947 ടുണീസിൽ ജനനം.
A novel of the fox sisters,
opium poppy palestine
തുടങ്ങിയ ധാരാളം കൃതികൾ.

ഡോ. ശോഭ ലിസ ജോൺ

ചെന്നൈയിൽ ജനനം.
മഹാത്മാഗാന്ധി യൂണിവേഴ്സിറ്റിയുടെ
കീഴിലുള്ള സേക്രഡ് ഹാർട്ട് കോളേജിലെ
ഫ്രഞ്ച് ഡിപ്പാർട്ട്മെന്റിൽ അസിസ്റ്റന്റ് പ്രൊഫസർ.
ഇപ്പോൾ കൊച്ചി തേവരയിൽ താമസം.

നോവൽ

മാറ്റിവെച്ച ഉടൽ

ഹ്യൂബർട്ട് ഹദ്ദാദ്

ഫ്രഞ്ചിൽനിന്ന് നേരിട്ടുള്ള വിവർത്തനം

ഡോ. ശോഭ ലിസ ജോൺ

ഗ്രീൻബുക്സ്

green books private limited
gb building, civil lane road, ayyanthole,
thrissur- 680 003, kerala, ph: +91 487-2381066, 2381039
website: www.greenbooksindia.com
e-mail: info@greenbooksindia.com

original french title
corps désirable
novel
by
hubert Haddad

malayalam
mattivecha udal

translated by
dr. shoba liza john

published september 2022

PAP
TAGORE

the work is published with the support of
publication assistance programmes of the institut français

cover design : rajesh chalode

printed in india
manipal technologies ltd.

branches:
thrissur 0487-2422515
thiruvananthapuram 0471-2335301
calicut 0495 4854662

isbn : 978-93-93596-65-9

₹ 130.00
GBPL/1247/2022

മുഖക്കുറി

The Corp Desirable (മാറ്റിവെച്ച ഉടൽ) എന്ന ഹ്യൂബർട്ട് ഹദ്ദാദിന്റെ ഫ്രഞ്ച് നോവൽ ഒരു സയൻസ് ഫിക്ഷനാണോ കുറ്റാന്വേഷണ നോവലാണോ മനസ്സിന്റെ ഉള്ളറകളിലേക്കുള്ള അന്വേഷണമാണോ എന്നു ചോദിച്ചാൽ, എല്ലാത്തിന്റേയും ഒരു കൂടിച്ചേരലാണെന്നേ പറയാൻ പറ്റൂ. ഒരു സമ്പൂർണ്ണ അവയവ മാറ്റത്തിലൂടെ സെഡറിക് എന്ന പത്രപ്രവർത്തകനിൽ സംജാതമാകുന്ന മാനസികസംഘർഷങ്ങളും സ്വത്വം തേടിയുള്ള അന്വേഷണവുമാണ് വിഷയം. ഒരു ദാരുണമായ അപകടത്തിൽപ്പെട്ട് ശരീരനാശം സംഭവിച്ച സെഡറിക്കിന്റെ ശിരസ്സ് ബൈക്കപകടത്തിൽ മസ്തിഷ്കമരണം സംഭവിച്ച അലസ്സാൻഡ്രോയുടെ ആരോഗ്യദൃഢഗാത്രമായ ശരീരത്തിൽ വെച്ച് ചേർക്കുന്നു. ശസ്ത്രക്രിയ, അതിനൂതനമായ മെഡിക്കൽ സംവിധാനങ്ങളിലൂടെ ശാരീരികമായ (physiological) സംയോജനം വിജയകരമാക്കിയെങ്കിലും, മനസ്സിന്റെ (cognitive) പ്രവർത്തനതലത്തിൽ വലിയ ഒരു സ്ഫോടനമാണ് സംഭവിക്കുന്നത്. ഇതിലൂടെ ഒരു ശരീരത്തിൽ രണ്ട് വ്യക്തിത്വങ്ങളുടെ പ്രവർത്തനം ഉടലെടുക്കുകയാണ്. ഈ സംഘർഷത്തിൽപ്പെട്ട സെഡറിക്കിനെ അയാൾ പോലുമറിയാതെ ശരീരത്തിന്റെ സ്വതന്ത്ര ഇച്ഛയനുസരിച്ച് ആ ശരീരദാതാവിന്റെ കാമുകിയുടെ അടുത്തെത്തിക്കുന്നു. ശിരസ്സാണോ മനസ്സാണോ ആ മനുഷ്യനെ നിയന്ത്രിക്കുന്നതെന്ന ചോദ്യമുയർത്തുന്ന നിമിഷം. ശരീരവും മനസ്സും തമ്മിലുള്ള സംഘർഷം ചടുലവും രസകരവും വിശ്വസനീയവുമായ സംഭവപരമ്പരകളിലൂടെ മനസ്സിന്റെ ഉള്ളറകളിലേക്ക്, ശരീരത്തിന്റെ സ്വാതന്ത്ര്യങ്ങളിലേക്ക് ഇറങ്ങിച്ചെല്ലുന്ന ഈ നോവൽ ഒരു അപൂർവ്വവായനാനുഭവമായിരിക്കും.

എഡിറ്റർ

Triskelion അല്ലെങ്കിൽ Triskeles എന്ന പേരിൽ അറിയപ്പെടുന്ന ഈ ചിഹ്നം പുരാതന കാലഘട്ടത്തിലെ ഗ്രീക്ക് നാണയങ്ങളിലും മറ്റുമായി കാണപ്പെട്ടിരുന്നു. ഗ്രീക്ക് ഭാഷയിൽ ട്രിസ്ക്കിൾ എന്നാൽ മൂന്ന് കാലുകൾ എന്നാണ് അർത്ഥം. കാലാകാലങ്ങളിൽ ഇതിന് പല വിശദീകരണങ്ങളും വന്നിട്ടുണ്ട്. ജീവൻ-മരണം-പുനർജീവിതം, സ്വർഗം-ഭൂമി-നരകം, ഭൂതം-ഭാവി-വർത്തമാനം, ആത്മാവ്-മനസ്സ്-ശരീരം തുടങ്ങി പലതും. അകത്തേക്ക് സഞ്ചരിക്കുന്നതായ ഇതിലെ വരകൾ അവസാനമില്ലാത്ത ചാലകശക്തിയെ പ്രതിനിധീകരിക്കുന്നതായും പറയുന്നു. ഈ ചിഹ്നത്തിന്റെ പല വകഭേദങ്ങളും പല രാജ്യങ്ങളിലും കണ്ടുവരുന്നുണ്ടെങ്കിലും സിസിലിയൻ പതായകയിൽ കണ്ടുവരുന്ന മൂന്ന് കാലുകളും നടുവിൽ Medusaയുടെ തലയുമുള്ള Triskelion ആണ് ഈ നോവലിൽ പരാമർശിച്ചിട്ടുള്ള ചിഹ്നം.

ഒന്ന്

തീർത്തും അപരിചിതമായിരുന്നു ആ പട്ടണം. വിവരണാതീതമായ, എന്തോ ഒരു അടുപ്പം അതിനോട് ഉള്ളതുപോലെ അയാൾക്ക് അനുഭവപ്പെട്ടു. സായംകാലത്ത് നിഴലുകളും വെളിച്ചവും തീർത്ത ഒരു അലൗകിക അനുഭൂതിയാകാം കാരണം. അയാൾ ആത്മവിശ്വാസത്തോടെയാണ് ഹോട്ടൽ സൊളീറ്റുഡിലേക്ക് നടന്നത്. അവിടെ തനിക്കായി ഒരു മുറി റിസർവ് ചെയ്തിട്ടുണ്ടാവണം. കടുംനീല നിറം പൂണ്ട ആകാശത്തിന് കീഴെയുള്ള മലനിരകളുടെ പശ്ചാത്തലത്തിൽ, ബഹുനിലക്കെട്ടിടങ്ങളുടെ മുകളിൽ നിയോൺ ബോർഡുകൾ തിളങ്ങി.

വഴിയിൽ നല്ല തിരക്കാണ്. യുവദമ്പതികൾ, നിരാശ്രയരായ വൃദ്ധർ, അംഗവൈകല്യമുള്ളവർ തുടങ്ങിയവരുടെ ഇടയിൽ കോളേജ് കുമാരിമാരെപോലെ കലപിലകൂട്ടി നടക്കുന്ന കന്യാസ്ത്രീകളുടെ കൂട്ടം.

കല്ലുവിരിച്ച പാലത്തിലൂടെ നടന്നുകൊണ്ടിരിക്കെ പെട്ടെന്ന് പിന്നിൽ നിന്ന് ഒരാൾ അയാളുടെ തോളത്തു സ്പർശിച്ചു. കറുത്ത വസ്ത്രം ധരിച്ച ഒരപരിചിതൻ.

ഞെട്ടിത്തിരിഞ്ഞ അയാൾ ഉറക്കെ ചോദിച്ചു:

''എന്താണ്, നിങ്ങൾക്ക് എന്തു വേണം?''

അയാളെ താൻ നേരത്തെ കണ്ടിരുന്നതുപോലെ തോന്നി. സ്റ്റേഷന് മുന്നിൽ തങ്ങൾ രണ്ടുപേരും ടാക്സി കിട്ടുമോ എന്ന് നോക്കി നിന്നിരുന്നു. മിക്കവാറും അയാൾ മങ്ങിയ വെളിച്ചമുള്ള ഈ പാലം വരെയും തന്നെ പിന്തുടർന്നിരിക്കാനാണ് സാധ്യത.

''നിങ്ങൾ സെഡ്രിക് അലൻ വെബേഴ്സൺ ആണോ?'' ശാന്തമായി അയാൾ ചോദിച്ചു.

ശ്രദ്ധയോടെ വസ്ത്രധാരണം ചെയ്തിരുന്ന അയാൾക്ക് മരണാനന്തര ചടങ്ങുകളുടെ സംഘാടകന് യോജിച്ച കരുണാർദ്രമായ മുഖഭാവമായിരുന്നു.

''ഞാൻ എന്നെ പരിചയപ്പെടുത്താം.'' അയാൾ കൂട്ടിച്ചേർത്തു, ''പേര് പവിത്ത്, കോടതി വക്കീൽ ആണ്. പക്ഷേ ഒരു വക്കീൽ ആയിട്ടല്ല ഞാനിപ്പോൾ വന്നിട്ടുള്ളത്.''

പവിത്ത് അയാളുടെ കൈയിൽ പിടിച്ച് മുടന്തൻ ന്യായങ്ങൾ പറഞ്ഞുകൊണ്ട് പട്ടണത്തിന്റെ വെളിച്ചമുള്ള സ്ഥലത്തേക്ക് നീങ്ങി. നടക്കുന്നതിനിടയിൽ പരസ്പര ബന്ധമില്ലാത്തതും കുറ്റപ്പെടുത്തലുകളും തമാശയും നിറഞ്ഞ പ്രസ്താവനകളും അയാൾ ഏജന്റ് ആയ ഒരു ഇടപാടിനെക്കുറിച്ചുള്ള വിവരങ്ങളും അയാൾ പറഞ്ഞുകൊണ്ടേയിരുന്നു. ഹോട്ടലിലെ ബാറിൽ ഒരു ഗ്ലാസിനു മുന്നിൽ പെട്ടെന്നു സുഹൃദ്ഭാവം പൂണ്ട അയാൾ അയാളുടെ ദൗത്യം കുറച്ചുകൂടി വ്യക്തമായി പറഞ്ഞു. ''സെഡറിക് അലൻ വെബേർസൺ' എന്ന പേര് ഉപയോഗിക്കാനുള്ള അവകാശം ഒരാൾക്ക് നിങ്ങളിൽ നിന്ന് വാങ്ങണമെന്നുണ്ട്. ടെക്സ്സസിലുള്ള ഒരു പണമിടപാടുകാരൻ ഒരു ഭരിച്ച തുക നൽകാമെന്നേറ്റിട്ടുണ്ട്.''

''നിങ്ങൾക്കു മനസ്സിലാവുന്നുണ്ടോ?'' താഴ്ന്ന സ്വരത്തിൽ വക്കീൽ തുടർന്നു.

''ഈ പേരിനു സമമായി വേറൊന്നുമില്ല. നിങ്ങളുടെ അച്ഛന്റെ പെട്ടെന്നുള്ള മരണത്തിനുശേഷം നിങ്ങൾക്കു മാത്രമേ ഈ പേര് ഈ ലോകത്തുള്ളൂ. ''നിങ്ങളുടേ അച്ഛന്റെ പെട്ടെന്നുള്ള മരണം.''

ഒരു അമ്പരപ്പോടെയാണ് സെഡറിക് തന്റെ കിടക്കയിൽ നിന്നു എഴുന്നേറ്റത്. കാതടയ്ക്കുന്ന ശബ്ദത്തോടെ കടന്നുപോയ ഒരു ആംബുലൻസ് അയാളെ തന്റെ വിചിത്ര സ്വപ്നത്തിൽ നിന്ന് പൂർണ്ണമായി പുറത്തു വരുവാൻ സഹായിച്ചു. അപ്പോഴും അയാൾക്ക് അതിന്റെ രംഗങ്ങൾ മുഴുവനായി ഓർമ്മയുണ്ടായിരുന്നു. ഉണർന്നപ്പോൾ മുതൽ അയാൾ അതോർത്ത് പൊട്ടിച്ചിരിച്ചുകൊണ്ടിരുന്നു. അപൂർവമായതിനാൽ അലൻ വെബേഴ്സൺ എന്ന ആ പേര് വാങ്ങുക. ആശയം കൊള്ളാം. എന്തൊരു സന്തോഷമുണർത്തുന്ന അനുമാനം. അച്ഛൻ മരിച്ചു കാണണം എന്നുള്ള തന്റെ രഹസ്യമായ ആഗ്രഹവുമായി വല്ല ബന്ധവുമുണ്ടായിരുന്നോ ആവോ? അങ്ങനെ ആ സേച്ഛാധിപത്യമുള്ള വ്യക്തിത്വത്തിന്റെ പിടിയിൽ നിന്ന് രക്ഷപ്പെടാൻ താൻ ആഗ്രഹിച്ചിരുന്നുവോ? നമ്മുടെ നടക്കാത്ത ആഗ്രഹങ്ങൾ സ്വപ്നങ്ങളിൽ ഒളിച്ചിരിക്കുന്നു. കുറച്ചു കഴിഞ്ഞ് പെട്ടെന്ന് യാഥാർത്ഥ്യങ്ങളിലേക്ക് തിരിച്ചുവന്ന അയാൾ ചെറിയ ഒരു ആശങ്കയോടെ ടി.വി. ഓൺ ചെയ്തു. അതിൽ തന്റെ അച്ഛനെക്കുറിച്ച് ഒരു വാർത്തയുമില്ലായിരുന്നു.

കുറെ വർഷങ്ങളായി സെഡറിക്കിനു മോറിസ് അലൻ വെബ്ഴ്സണുമായി ഒരു ഇടപെടലുമുണ്ടായിരുന്നില്ല. അത് മനപ്പൂർവമായിരുന്നു. പ്രത്യേകമായി ഒരു കഴിവുമില്ലാത്ത ആ മകനെ അച്ഛനും ഉപേക്ഷിച്ചിരുന്നു, തന്റെ ജോലിക്കാർ വഴി അവന്റെ എല്ലാ വിവരങ്ങളും അയാൾ അറിഞ്ഞുകൊണ്ടിരുന്നെങ്കിലും.

പണക്കാരനായി ജനിച്ചതിനാൽ പല പ്രതിസന്ധികളേയും തരണം ചെയ്യാനാകുമെന്ന് സെഡറിക് സമ്മതിക്കും. എന്നാൽ ഈ കഥയിൽ കാണുന്നത്, വിധിയെ മാറ്റുവാൻ ഒരു അത്ഭുതമരുന്നുമില്ല എന്നാണ്. ഫാർമസ്യൂട്ടിക്കൽ ഇൻഡസ്ട്രിയുടെ തലപ്പത്തിരിക്കുന്ന എം.ഇ. ഡബ്ല്യു. ലബോറട്ടറിയുടെ എല്ലാ മരുന്നുകൾ കൂട്ടിക്കലക്കിയാലും.

രണ്ട്

ഭാഗ്യം കൊണ്ടോ ആകസ്മികത കൊണ്ടോ ഒരാൾ മൊറിസ് അലൻ വെബേഴ്സണിന്റെയും സഹതാപമർഹിക്കുന്ന അയാളുടെ ഭാര്യയായ എർഗൂസണിന്റെയും ഏക മകനാകുമ്പോൾ ലോകം മുഴുവൻ ചുവന്ന പരവതാനിയായി തന്റെ കാൽക്കീഴിൽ ഉള്ളതുപോലെ തോന്നും. ഇരുണ്ട ഈ നാടകത്തിലെ നായക കഥാപാത്രത്തിന് പ്രബലമായ ഒരു കുട്ടിക്കാലമുണ്ടായിരുന്നു. പന്ത്രണ്ടു വയസ്സ് തികയുന്നതിന്റെ തലേന്ന്, അവന്റെ അമ്മ, ജനലിലൂടെ ചാടി മരിക്കുംമുന്നേ തൂങ്ങി മരിക്കാൻ പല തവണ ശ്രമിച്ചിരുന്നു. കുറെ നാളത്തേക്ക് സെഡറിക്കിന്റെ കുടുംബപ്പേര് അവന് വലിയ അനുഗ്രഹമായിരുന്നു. പിന്നീട് അതിൽ കടിച്ചു തൂങ്ങിനിൽക്കാതെ അവൻ വീട് ഉപേക്ഷിച്ചു. തനിക്കു ചേരുന്ന ഒരു നാമം ദത്തെടുത്തു. ഒരു ഇരട്ടപ്പേര്, തന്റെ അമ്മയുടെ കുടുംബത്തിന്റെ ഓർമ്മയ്ക്കായി സെഡറിക് എർഗ് എന്ന തൂലികാനാമത്തിലാണ് അവൻ അറിയപ്പെട്ടിരുന്നത് ഇക്കാലംവരെയും. എന്നാൽ അവൻ അറിയാതെ അവന്റെ പിതാവ് അർഗോസ്* ദേവന്റെ നൂറു കണ്ണുകളോടെ അവനെ നിരീക്ഷിച്ചുകൊണ്ടിരുന്നു. ദിനപത്രത്തിൽ ചെറിയ ഒരു കോളം വാർത്തയായി മാത്രം ഒതുങ്ങേണ്ട സെഡറിക്കിന്റെ കഥ ഇത്ര വിസ്തരിച്ചു പറയുന്നത് എന്തുകൊണ്ടാണെന്ന് ചിലരെങ്കിലും സംശയിക്കും. സെഡറിക്കിന് അനുഭവിക്കേണ്ടി വന്ന ദുഃഖങ്ങളുടെ ആഴം മനസ്സിലാക്കാൻ കഴിഞ്ഞാൽ മാത്രമേ

* ഗ്രീക്ക് പുരാണത്തിൽ എല്ലാം കാണുന്നവനായി പറയപ്പെടുന്ന നൂറ് കണ്ണുകളുള്ള ദേവൻ

തീരെ അപ്രതീക്ഷിതവും അവിശ്വസനീയവുമായ ഈ സംഭവത്തിന്റെ ദുരൂഹത ഉൾക്കൊള്ളാൻ കഴിയുകയുള്ളൂ.

നിയമത്തിൽ ബിരുദമെടുത്തതിനുശേഷം സാമ്പത്തികശാസ്ത്രത്തിൽ പഠനം. പിന്നീട് സാഹിത്യവും പഠിച്ചു. ഇത്തരം പഠനം അയാളെ എന്തെങ്കിലും ചുമതലയെറ്റെടുക്കാൻ വൈകിപ്പിച്ചു എന്നു മാത്രം. എന്തായാലും അയാൾ എട്ടു വർഷം ഒരു പ്രസിദ്ധ മാസികയിൽ പിടിച്ചുനിന്നു.

അയാൾ സെഡ്രിക് എർഗ് എന്ന തൂലികനാമത്തിൽ ഒരു വരി പോലും എഴുതുന്നതിനു മുന്നേ തന്നെ അയാൾക്ക് ഭാഗ്യവശാൽ പ്രസ് കാർഡ് കിട്ടിയിരുന്നു. സെഡ്രിക്കിന് പല പ്രസ്ഥാനങ്ങളോടുമുള്ള തന്റെ വൈരാഗ്യം എഴുത്തിലൂടെ തീർക്കുവാനുണ്ടായിരുന്നു. അയാളുടെ ടീം അംഗങ്ങൾ അയാളുടെ ധൈര്യത്തെയും മനസ്സിന്റെ വിശാലതയെയും പ്രകീർത്തിച്ചു.

വലിയ ഫാർമകമ്പനികളെയും എണ്ണക്കമ്പനികളെയും അയാൾ പ്രധാന ശത്രുക്കളായി കണ്ടു. അധികാരത്തിൽ ഇരിക്കുന്നവരും രാഷ്ട്രീയപ്രവർത്തകരും അയാളെ ഭയപ്പെട്ടു. ഇതു കണ്ട പത്രത്തിന്റെ എഡിറ്റർ എർഗിന് എല്ലാ സ്വാതന്ത്ര്യവും നൽകി. എല്ലാവരെയും തുറന്നു കാട്ടുവാൻ. ''പക്ഷേ തന്റെ ഐഡന്റിറ്റി വെളിപ്പെടുത്തിയാൽ നിങ്ങളുടെ വിശ്വാസ്യത നഷ്ടപ്പെടും. അത് വലിയ അപകടവുമായിരിക്കും.'' എഡിറ്റർ പറഞ്ഞു.

മൂന്ന്

ആ ചെറുപ്പക്കാരി ലിഫ്റ്റിൽ വെച്ച് സ്വെൻ ഗൈസ്ലറെ പരിഗണിച്ചതു പോലുമില്ല. അസ്വസ്ഥനായി തന്റെ നില്പ് അവളുടെ ശ്രദ്ധ കിട്ടാനായി ഒന്നുകൂടി ശരിയാക്കി. ഏജൻസിക്കടുത്തുള്ള കോഫി ഷോപ്പിൽ ഇരിക്കുമ്പോൾ അയാൾ അവളെ ശ്രദ്ധിച്ചിരുന്നു. ഇളംവെയിലിൽ, ഒഴുകുന്നതുപോലെ അവൾ നടന്നു പോകുന്നത് കണ്ടതും അയാൾ അവൾക്കു പിന്നാലെ ഓടിച്ചെന്നു. ഒരു യന്ത്രമനുഷ്യനെപ്പോലെ, അവളുടെ നിറഞ്ഞ് തുളുമ്പുന്ന അരക്കെട്ടിൽ ദൃഷ്ടി പതിപ്പിച്ച് അവളെ പിന്തുടർന്നു.

ലോർണ ലീർ എന്ന ഈ സുന്ദരിയെ ആദ്യമായി പരിചയപ്പെട്ട സന്ദർഭം അയാൾ ഓർത്തു. സ്ലോവാനിയയിലെ ഇപ്പോഴത്തെ കാലാവസ്ഥയെക്കുറിച്ച് അറിയാനാണ് അവൾ പത്രസ്ഥാപനത്തിലെത്തിയത്. അതിനുവേണ്ടി അവിടുണ്ടായിരുന്ന ആരെ വേണമെങ്കിലും

അവൾക്കു സമീപിക്കാമായിരുന്നു. പക്ഷേ വിധി അയാളെയാണ് തിരഞ്ഞെടുത്തത്. പെട്ടെന്നു ലോകത്തിലെ ഏറ്റവും വലിയ സുന്ദരി അയാളുടെ മുന്നിൽ എത്തിപ്പെട്ടപ്പോൾ അവളിൽ നിന്നും ഒരു മിന്നൽ അയാളിലേക്ക് പ്രവഹിച്ചതുപോലെ തോന്നി. ബോധം നഷ്ടപ്പെട്ട അയാളുടെ ഉള്ളിൽ പ്രണയം നിറഞ്ഞു. അവൾ മറക്കാനാവാത്ത പുഞ്ചിരിയോടെ അയാളോട് നന്ദി പറഞ്ഞു. അതിന്റെ സന്തോഷം, അതിന്റെ ഓർമ്മ അയാൾ ഒരു മുത്തുച്ചിപ്പി പോലെ ഉള്ളിൽ സൂക്ഷിച്ചു. അന്നുമുതൽ അയാൾക്ക് അവളെ പിന്തുടരാതെ ജീവിക്കാനായില്ല. അവൾ എവിടെപ്പോയാലും ഏജൻസിയിലും അതിനടുത്തുള്ള വഴിയിലൂടെയും. അവളുടെ സിഗരറ്റ് കൊളുത്തികൊടുക്കുവാൻ, അല്ലെങ്കിൽ അവൾക്കുവേണ്ടി കതകുതുറന്നു കൊടുക്കുവാൻ ഒരു നിഴലായി അയാൾ എപ്പോഴും കൂടെയുണ്ടാകുമായിരുന്നു.

രണ്ടാം നിലയിലെത്തിയപ്പോൾ ലോർണ ലിഫ്റ്റിൽ നിന്നിറങ്ങി. ആരെയും നോക്കാതെയുള്ള ആ പോക്കിൽ ഒരു സ്വപ്നംപോലെ അവളുടെ ഗന്ധം ലിഫ്റ്റിൽ മുഴുവനും നിറഞ്ഞുനിന്നു. അത് കാമോദ്ദീപകമായിരുന്നു. നാലാംനിലയിൽ എത്തിയതും സ്വെൻ തന്റെ സീറ്റിലേക്ക് നടന്നു. സുഹൃത്തുക്കൾ തന്നോട് അഭിവന്ദനം പറഞ്ഞത് ശ്രദ്ധിച്ചില്ല. അവർ സാറ്റലൈറ്റിൽ നിന്നുള്ള വിവരങ്ങളിൽ മുങ്ങിയിരിക്കുകയായിരുന്നു. സ്ക്രീനിനു മുന്നിൽ ചെന്നിരുന്ന് ബോധം തിരിച്ചു വരുവാനായി പുതിയ വാർത്തകൾ അയാൾ ഓടിച്ചുനോക്കി.

> ‘‘കാലിഫോർണിയയിലെ ചില നദികളുടെ ആഴങ്ങളിൽ നിന്ന് നാസയിലെ ഗവേഷകർ ആർസെനിക്ക് (Arzenic) എന്ന വിഷവസ്തുവിന്റെ സഹായത്താൽ ജീവിക്കുകയും പ്രജനനം നടത്തുകയും ചെയ്യുന്ന ഒരു സൂക്ഷ്മാണുജീവിയെ കണ്ടെത്തി.’’
>
> ‘‘അതിശയിപ്പിക്കുന്ന ഒരു വലിയ നിയമലംഘനം നാൻസി പട്ടണത്തിൽ നിന്ന് ഒരു മുപ്പത്തേഴുകാരനെ വെള്ളിയാഴ്ച നാൻസി കോർട്ട് ഒരു മാസം തടവുശിക്ഷയ്ക്ക് വിധേയനാക്കി. അയാൾ നഗരത്തിലെ മുഖ്യസെമിത്തേരികളിലെ പത്തു നൂറു മാലാഖമാരുടെ ശില്പവും മാതാവിന്റെ രൂപവും മോഷ്ടിച്ച് തന്റെ നായയുടെ കുഴിമാടത്തിന് ചുറ്റും സ്ഥാപിച്ചു.’’
>
> ‘‘ഇന്ധനമലിനീകരണം കാരണം തെക്കേ നൈജിരിയയിൽ വലിയ വൃത്തിയാക്കലിന്റെ ആവശ്യം ഉണ്ടെന്നു യുണൈറ്റഡ് നേഷൻസ് ഓർഗാനൈസേഷൻ (UNO) വ്യാഴാഴ്ച പ്രഖ്യാപിച്ചു. അബൂജയിൽ UNEPയിൽ അവതരിപ്പിച്ച പഠനം അനുസരിച്ചു ഓജോനിലാണ്ടിൽ പ്രകൃതി വീണ്ടെടുപ്പിക്കുവാൻ ലോകത്തിലെ ഏറ്റവും വലിയ വൃത്തിയാക്കൽ യജ്ഞം കൂടിയേ തീരൂ. നമുക്കു നമ്മളുടെ കുടിവെള്ളം, നിലം, അഴിമുഖം,

കണ്ടൽകാട് പോലെയുള്ള ആവാസവ്യവസ്ഥ വീണ്ടെടുക്കണ മെങ്കിൽ അതു മാത്രമേ വഴിയുള്ളൂ. ഈ പ്രൊജക്റ്റ് ഏകദേശം മുപ്പതുമുതൽ നാല്പതുവർഷം വരെയെടുക്കും.''

''ഒരു അമേരിക്കൻ ശാസ്ത്രമാസികയിൽ വന്ന അതിശയി പ്പിക്കുന്ന വാർത്തയായ മനുഷ്യത്തലയെ മറ്റൊരാളുടെ ശരീര ത്തിൽ മാറ്റിവെക്കുന്ന സാധ്യതയെക്കുറിച്ചുള്ള പഠനം വന്ന തിന്റെ രണ്ടു വർഷത്തിനുശേഷം ഇറ്റാലിയൻ ന്യൂറോ സർജൻ ആയ സർഗിയോ കനാവേരോ വരുന്ന ആഴ്ചകളിൽ ഇത് സാക്ഷാത്കരിക്കുവാൻ ഒരുങ്ങുകയാണ്. ശരീരത്തിലേയും തലയിലേയും നട്ടെല്ലിന്റെ സംയോജനമാണ് ഏറ്റവും പ്രധാനം. ചില രാസവസ്തുക്കളുടെ സഹായത്താൽ ഞെരമ്പുകളുടെ ആക്സോണുകളെ യോജിപ്പിച്ച് അവയെ പുനരുജ്ജീവിപ്പിക്കു വാൻ സാധിക്കുമെന്നാണ് പ്രതീക്ഷിക്കുന്നത്. ന്യൂറോ സർജ ന്മാർ, പ്ലാസ്റ്റിക് സർജന്മാർ തുടങ്ങി ഒട്ടേറെ വിദഗ്ധരെ ഇതിനായി നേരത്തെത്തന്നെ വിളിച്ചു കൂട്ടിയിരിക്കുന്നു.''

ചുണ്ടിന്റെ അറ്റത്തു വിരിഞ്ഞ ബാലിശമായ ഒരു പുഞ്ചിരിയോടെ സ്വെൻ, കനാവേരോ എന്ന പേർ കഡാവേറോ എന്നാക്കി മാറ്റി. ഒര ക്ഷരം മാറ്റിയതിലൂടെ അർത്ഥം മാറി. ഒരു തമാശ. അയാൾക്ക് ഇപ്ര കാരമുള്ള കുസൃതികളിലൂടെ ലഭിക്കുന്ന ആനന്ദം ചെറുതല്ല. കരുണ കൊണ്ട് അല്ലെങ്കിൽ അറിവില്ലായ്മകൊണ്ട്. അയാളുടെ മേലധി കാരികൾ അയാളുടെ ഇത്തരം കുസൃതികളെ നിയന്ത്രിക്കാറില്ല.

ഒരിക്കലും തെറ്റുവരാത്ത അയാളുടെ സ്പെല്ലിംഗ് പാണ്ഡിത്യം ഇത്തരം തമാശകൾ ചെയ്യുവാൻ അയാൾക്കു സ്വാതന്ത്ര്യം നൽകി. പ്രയാസം കൂടാതെ ഓരോ വാർത്തയുടെ ഉറവിടവും കഴിയുന്നത്ര വിവരവും എളുപ്പത്തിൽ കണ്ടെത്തുവാൻ അയാളുടെ പരിശീലനം മൂലം കഴിഞ്ഞിരുന്നു.

സ്വെൻ, ലോർണയെക്കുറിച്ചുള്ള വിവരങ്ങൾ നെറ്റിൽ പരതുവാൻ തുടങ്ങി. എന്നാൽ അവളുടെ പ്രൊഫൈലിൽ നിന്ന് അയാൾക്ക് താല്പര്യമുളവാക്കുന്ന ഒന്നും കണ്ടെത്തുവാനായില്ല. മറച്ചുവെച്ച അവളുടെ മറ്റൊരു ജീവിതം കാണണം എന്നുണ്ടായിരുന്നു, കാബറെ നർത്തകിയായിട്ടോ നീന്തൽ വിദഗ്ധയായിട്ടോ മറ്റോ. അവളുടെ ചിത്രശേഖരങ്ങളിൽ നിന്ന് അതൊന്നും ലഭിച്ചില്ലെങ്കിലും വ്യത്യസ്ത സന്ദർഭങ്ങളിൽ അവളുടെ അരികിൽ എപ്പോഴും മറ്റേതോ ഒരാളുടെ സാന്നിധ്യം ഉണ്ടായിരുന്നു എന്നത് സ്വെൻ ശ്രദ്ധിച്ചു. വിവാദപരമായ പംക്തികൾ എഴുതുന്ന സെഡറിക് എർഗ് ആണ് അതെന്ന് സ്വെന്നിന് മനസ്സിലായി. ആറടിയോളം പൊക്കമുള്ള ആ ചെറുപ്പക്കാരൻ ലോർ ണയെ പ്രേമപൂർവ്വം എപ്പോഴും നോക്കിക്കൊണ്ടിരുന്നു. അസൂയ

മൂത്ത സ്വെൻ ഉടനെ അയാളിലേക്കു തന്റെ ഡിജിറ്റൽ തിരച്ചിൽ കേന്ദ്രീകരിച്ചു. ആവശ്യത്തിന് ആയുധം കൈവശമുള്ള സ്വെന്നിനെപ്പോലെയുള്ള വിദഗ്ധനായ ഒരു അന്വേഷകൻ വെളിപ്പെടുത്താത്ത കുറെ രഹസ്യങ്ങൾ ഏതു വിധേനയും ചൂഴ്ന്നെടുക്കും. എത്ര പുണ്യവാളനാണെങ്കിലും ചെറിയ ഒരു സൂചന ഇട്ടിട്ടുപോകുന്നതുപോലെ എന്തെങ്കിലും അയാൾക്ക് ലഭിക്കാതിരിക്കില്ല.

എന്നാൽ സെഡറിക്കിന്റെ ഭൂതകാലം തീർത്തും അപ്രാപ്യമായിരുന്നു. സെഡറിക് എർഗിനെക്കുറിച്ചുള്ള വിവരങ്ങൾ കുറച്ചു വർഷങ്ങൾക്കിപ്പുറം മാത്രമേ ലഭ്യമായുള്ളൂ. അതിന് മുമ്പത്തെ ഒരു വിവരവും ലഭ്യമായിരുന്നില്ല.

സൈറ്റിൽ പണ്ടത്തെ കൂട്ടുകാരെപ്പറ്റിയോ സഹപാഠികളെപ്പറ്റിയോ ഒന്നുമില്ല. പേരിന്റെ രണ്ടാംപകുതിയായ എർഗ് എന്ന വിചിത്രമായ ആ പേര്, സ്വെന്നിനെ വല്ലാതെ കുഴക്കി. വളരെ യാദൃച്ഛികമായി അയാൾ ഒരു രഹസ്യവിവരം കണ്ടെടുത്തു. ഒരു ഫാർമസ്യൂട്ടിക്കൽ ലബോറട്ടറി ധനസഹായം ചെയ്തിരുന്ന രോഗികളുടെ ഒരു അസോസിയേഷനുമായി ബന്ധമുള്ള ഒരു ഫയൽ ആയിരുന്നു. അതിൽ സെഡറിക്കിന്, മോറിസ് അലൻ വെബേഴ്സണും ആയിട്ടുള്ള കുടുംബബന്ധവും സൂചിപ്പിച്ചിരുന്നു. ഇയാളുടെ ജീവചരിത്രം, ഡയറക്ടറികളിലും ഇയർ ബുക്കുകളിലും തിരഞ്ഞ സ്വെനിനെ മോറിസിന്റെ ആദ്യ ഭാര്യ എർഗുസണിലേക്കും അവരുടെ ഒറ്റ മകൻ സെഡറിക്കിലേക്കും നയിച്ചു. തന്റെ തിരച്ചിലിൽ കിട്ടിയ വിവരങ്ങൾ ചേർത്തു വച്ച് പരിശോധിച്ചതോടെ സ്വെന്നിന്റെ സംശയം തീർന്നു. അയാൾ നിശ്ചയിച്ചു. താൻ പകരം വീട്ടിയിരിക്കും. ലോർണ ലീർ ഉടൻ തന്നെ അറിയും ചതിയനും ചാരനുമായ ഒരാളുമായിട്ടാണ് അവൾ ബന്ധത്തിൽ ഏർപ്പെട്ടിരിക്കുന്നത് എന്ന്.

നാല്

എന്നാലും സെഡറിക്കിന്റെ സഹപ്രവർത്തകർക്കോ അയാളുടെ വായനക്കാർക്കോ എം.എ.ഡബ്ല്യു കമ്പനിയുമായി ഒരു ബന്ധവും അയാളിൽ സ്ഥാപിക്കുവാനായില്ല. ഊഹിച്ചെടുക്കാവുന്ന എല്ലാ ബന്ധങ്ങളും തന്റെ പഴയ കാലവും അയാൾ മുറിച്ചു മാറ്റിയിരുന്നു. അമ്മയുമായുള്ള ആ ബന്ധം ഒഴികെ. മനുഷ്യരുമായി സാമൂഹിക ബന്ധമില്ലാത്ത ഏതെങ്കിലും ഒരു കിറുക്കൻ ഗവേഷകനു മാത്രമേ സെഡറിക് എർഗും കമ്പനി ഉടമയുടെ ആദ്യ ഭാര്യയുമായുള്ള ബന്ധം സ്ഥാപിക്കുവാൻ കഴിയുമായിരുന്നുള്ളൂ. തന്റെ കമ്പനിയുടെ മുഖ്യ

സ്ഥലമായ ജനീവയ്ക്കു അടുത്ത് താമസമുള്ള മോറീസ് അലൻ വെബ്ഴ്സൺ രണ്ടോ മൂന്നോ പ്രാവശ്യം വിവാഹിതനായിരുന്നു. ഒരുപക്ഷേ സെഡറിക്കിന്റെ അമ്മ സ്വയം തന്റെ അന്ത്യം തിരഞ്ഞെടുത്തില്ലാതിരുന്നെങ്കിൽ ഇരുപത്തിയഞ്ചു വർഷം മുന്നേ മോറിസ് അവരെ ഡിവോഴ്സ് ചെയ്യുമായിരുന്നു.

സെഡറിക് പുതിയ കണ്ണടയും താടിയുമായി തന്റെ രൂപം കുറെയേറെ മാറ്റിയെടുത്തു. വർഷങ്ങൾ കഴിഞ്ഞുപോയി. ഒരു പണക്കാരനെന്നു കരുതി ആരും അയാളെ ശല്യം ചെയ്യാറില്ല. അയാൾ ശരിക്കും സാധാരണക്കാരനായി മാറിയിരുന്നു. അയാൾക്ക് റിഗാർ സ്ട്രീറ്റിൽ ചെറിയ ഒരു അപ്പാർട്ട്മെന്റ് വാടകയ്ക്ക് എടുക്കുവാനും ആവശ്യത്തിന് 'സിംഗിൾ മാൾട്' വിസ്കികൾ വാങ്ങാനും ഉള്ള വരുമാനമേ ഉണ്ടായിരുന്നുള്ളൂ. ലോർണ ലീറിന് അയാളുടെ ഈ ജീവിതരീതിയിൽ കുറ്റമൊന്നും പറയുവാൻ ഉണ്ടായിരുന്നില്ല. ധൈര്യശാലിയായ ഒരു ജേർണലിസ്റ്റ്. പാരീസിലെ വലിയ ഒരു പ്രസ്സ് ഏജൻസിക്കു വേണ്ടി റിപ്പോർട്ടറായി പ്രവർത്തിക്കുന്നു. അത്രമാത്രം.

എന്തൊക്കെയോ രഹസ്യമായി അയാൾ സൂക്ഷിക്കുന്നുണ്ടെന്ന് തോന്നിയെങ്കിലും ലോർണയ്ക്ക് അത് പ്രശ്നമായിരുന്നില്ല. അവളുടെ കാമുകൻ അവൾക്കു വളരെ പ്രിയപ്പെട്ടവനായിരുന്നു. അവൾ പറഞ്ഞ ഒരു കാര്യവും അയാൾ മറന്നിരുന്നില്ല. ആ കമിതാക്കൾ ഒരു വർഷം മുഴുവനും വളരെ അടുപ്പത്തിൽ ജീവിച്ചു. ആ യുവതിക്ക് സെഡറിക്കിന്റെ പ്രശ്നങ്ങൾ നിറഞ്ഞ ബാല്യകാലത്തെപ്പറ്റി എന്തൊക്കെയോ പറയാതെതന്നെ മനസ്സിലായി. ഒരു കൂട്ടുകാരി എന്ന നിലയിൽ അയാളിൽ നിന്ന് സൗഹൃദവും സ്നേഹവുമല്ലാതെ മറ്റൊന്നും അവൾ പ്രതീക്ഷിച്ചിരുന്നില്ല.

നമ്മൾ ചിന്തിക്കുന്ന വിധം പലതാവാം. ഏതിനും മാറ്റം സംഭവിക്കാം. സ്നേഹം സ്വപ്നങ്ങൾ പോലെ, മേഘങ്ങൾ പോലെ വരും പോകും. അങ്ങനെയാണ് അയാൾ ലോർണയെ സ്നേഹിക്കാൻ തുടങ്ങിയത്. അവളിൽ ഒരു മറുക് കണ്ടുപിടിച്ച ആ നിമിഷം, അവളുടെ ഇടത്തെ ചെവിയുടെ കീഴിൽ... എങ്ങനെയാണ് അത് വിവരിക്കുക? ഫ്ളോറൻസിലെ ഒരു സായാഹ്നം. അവർ നല്ലവണ്ണം സ്നേഹിച്ചു. പ്രേമികൾ തുടക്കത്തിൽ കാണിക്കുന്ന ആ വന്യത ഇല്ലാതെ. അവളുടെ കനത്ത ആമ്പൽനിറമുള്ള മുടി ചെവിയിൽ നിന്നും മാറ്റിയപ്പോൾ സെഡറിക് സ്തബ്ധനായി. ഈ പ്രപഞ്ചത്തിന്റെ അർത്ഥം അയാൾക്കു വെളിപ്പെട്ടതുപോലെ.

ഈ ഒരു നിമിഷത്തെ അനുഭവം, സ്ഥലകാലപരിധികൾക്ക് അപ്പുറത്ത് എത്രയോ തവണ താൻ അനുഭവിച്ചിട്ടുണ്ടെന്ന് അയാൾക്കു

തോന്നി. പക്ഷേ, അവൾ ഇതൊന്നും അറിഞ്ഞതേയില്ല. ഒരു ശരീരം പോലെ അവർ ചേർന്ന് കിടന്നു. ആ മറുക് കണ്ടതുമുതൽ, തന്നോടൊട്ടിക്കിടന്ന് ശാന്തമായി ശ്വസിക്കുന്ന ഈ ശരീരം തനിക്ക് വളരെ വേണ്ടപ്പെട്ടതായി തീർന്നിരിക്കുന്നു. ആ മുദ്രയ്ക്ക് എന്തോ നിഗൂഢമായ അർത്ഥങ്ങൾ ഉള്ളതുകൊണ്ടാണോ താൻ അവളെ ഇത്രമേൽ സ്നേഹിക്കുന്നത്. ഇങ്ങനെയെല്ലാം ചിന്തിച്ച്, അവളുടെ മുടിയിൽ മുഖം ചേർത്തുവച്ച് അയാൾ ഉറക്കത്തിലേക്ക് വഴുതിവീണു.

അഞ്ച്

പെട്ടെന്നായിരുന്നു മഴ പെയ്തത്. ഇരുമ്പ് ഷട്ടറുകളിൽ ആലിപ്പഴം പൊഴിയുന്നത് വെള്ളച്ചാട്ടത്തിന്റെ ഇരമ്പലിനെ ഓർമ്മിപ്പിച്ചു. സെഡറിക് എർഗിന് അപ്പോൾ തന്റെ ഒരു ദുസ്സ്വപ്നമാണ് ഓർമ്മവന്നത്. മങ്ങിയ വെളിച്ചത്തിൽ ഒരു പാലവും ശവമടക്കൽക്കാരന്റേതുപോലെയുള്ള ഒത്തുതീർപ്പുകാരനും. ലോർണയുമായുള്ള ബന്ധം അയാളുടെ രൂപം മാത്രമല്ല അയാളെത്തന്നെ പൂർണ്ണമായും മാറ്റി. അവളായിരുന്നു അയാളുടെ ആത്മാവിനെ ജീവിപ്പിച്ചിരുന്ന ഏക ആശ്രയം.

ഒരുക്കിയിടാത്ത കട്ടിലിൽ നീണ്ടുനിവർന്നു കിടന്നുകൊണ്ട് കണ്ണുകൾ മച്ചിൽ നട്ട്, സെഡറിക് പുറത്തുള്ള വെളിച്ചം മങ്ങിപ്പിക്കുന്ന മഴയുടെ ശബ്ദം ശ്രദ്ധിച്ചു. ലോർണയുമായുള്ള ഈ സാഹസികകഥ എങ്ങനെ തുടരും? ലോർണയെ കണ്ടപ്പോൾ മുതൽ അയാൾക്ക് സ്ഥിരത കൈവന്നപോലെ തോന്നിയിരുന്നു. തന്റെ പേരിനെക്കുറിച്ചോ വ്യക്തിത്വത്തെക്കുറിച്ചോ ഉള്ള ചിന്തകളൊന്നും ഇപ്പോൾ അലട്ടാറില്ല. വാരികയിലെ പംക്തി എഴുതാൻ നല്ല ധൈര്യവും ദൃഢനിശ്ചയവും വേണമായിരുന്നു. അത്രമാത്രം സമ്മർദ്ദവും ഭീഷണിയും വകവയ്ക്കാതെയായിരുന്നു ആ എഴുത്ത്. അയാളുടെ ആരോപണങ്ങൾ വെറും കിംവദന്തികളുടെ ബലത്തിലല്ല പുറത്തുവിട്ടിരുന്നത്, അതിനെല്ലാം നിഷേധിക്കാനാവാത്ത, വ്യക്തമായ തെളിവ് നൽകിയിരുന്നു.

യുറാനിയത്തിന്റെ പുതിയ ഖനി കണ്ടുപിടിക്കാൻ ആ സ്ഥലത്തെ എല്ലാ ജനങ്ങളെയും കൂട്ടക്കൊല ചെയ്തപ്പോൾ എല്ലാവർക്കും അതിന്റെ അറിവ് ഉണ്ടായിരുന്നെങ്കിലും സെഡറിക് മാത്രം എല്ലാത്തിന്റെയും പേരുകളും സംഭവങ്ങളും വ്യക്തമായി തെളിവുസഹിതം പുറത്തുകൊണ്ടുവന്നു. ഒരു സ്ഥിരം ഇരയായ ഫാർമസ്യൂട്ടിക്കൽ കമ്പനികൾ അയാൾക്കു നിരന്തരം താക്കീത് നൽകിക്കൊണ്ടിരുന്നു. കോടതിയിൽ

കേസ് കൊടുക്കും എന്ന ഭീഷണികളും മറ്റു പലവിധത്തിലുള്ള ഭയപ്പെടുത്തലുകളും അയാളെ കുലുക്കിയില്ല.

ആരൊക്കെയോ അയാളെ നിരീക്ഷിച്ചുകൊണ്ടിരുന്നു. അത് യാദൃച്ഛികമല്ല എന്ന് അയാൾക്കുറപ്പുണ്ടായിരുന്നു. അയാളെ മുഴുവനായി ഇല്ലാതാക്കാൻ ആളുകൾ ശ്രമിച്ചിരുന്നു. കുറച്ചു നാളായി സുരക്ഷയ്ക്കായി മുൻകരുതലുകൾ എടുത്തിരുന്നു. ആയുധം കൈവശം വെക്കുവാൻ ഉള്ള പെർമിറ്റ് എടുത്തു. വാടകക്കാറുകൾ മാത്രം ഉപയോഗിച്ചു. ഇതെല്ലാം അയാളുടെ ദൈനംദിന ജീവിതത്തിൽ പ്രത്യേകിച്ചു മാറ്റം ഒന്നും വരുത്തിയില്ല. താൻ നേരിടുന്ന അപകടസാധ്യത ജോലിയുടെ ഭാഗമായിരുന്നു. അന്വേഷകനായ ഒരു ജേർണലിസ്റ്റ്, ഇൻഡസ്ട്രിയിലും വിപണിയിലും സാമ്പത്തികമേഖലയിലും രാഷ്ട്രീയത്തിലും ഉള്ള കള്ളത്തരങ്ങളിൽ കൈ കടത്തിയാൽ എന്തൊക്കെ നേരിടേണ്ടിവരുമെന്ന് അയാൾക്കറിയാമായിരുന്നു. ലോർണയോടുള്ള തന്റെ ആരാധന വെച്ച് താരതമ്യം ചെയ്താൽ തന്റെ പ്രൊഫഷണൽ ജീവിതം ഒന്നുമല്ലായിരുന്നു. അയാൾക്ക് അവളോട് ഭ്രാന്തമായ സ്നേഹമായിരുന്നു. അയാളുടെ മനസ്സിൽ ദിവസം മുഴുവനും അവളുടെ നഗ്നതയും അവളുടെ മുഖവും അവളുടെ ചെവിക്ക് താഴെയുള്ള അടയാളവും ആയിരുന്നു. ജേർണലിസവുമായി ബന്ധപ്പെടുത്തിയുള്ള തന്റെ പ്രവർത്തനങ്ങൾ ഒട്ടുംതന്നെ ഇഷ്ടമില്ലാതിരുന്ന അയാളുടെ അച്ഛൻ കുറച്ചു കാലമായി സെഡറിക്കിനെ അലട്ടാറില്ല. തന്റെ വിവരങ്ങൾ അന്വേഷിക്കുന്നവരും അച്ഛന്റെ മാനേജർമാരും മറ്റു സഹായികളും അയാളുടെ പിന്നാലെത്തന്നെ ഉണ്ടായിരുന്നുവെങ്കിലും.

എല്ലാം തുടങ്ങിയത് വസന്തത്തിന്റെ ആദ്യദിവസങ്ങളിൽ ആയിരുന്നു. ഒരു ഊഹവുമില്ലായിരുന്നു. ഒരു വ്യക്തിക്ക് സംഭവിക്കാവുന്ന അത്യാഹിതമോ അനിഷ്ടസംഭവമോ ഒരു ജ്യോതിഷത്തിനും പ്രവചിക്കാനാവില്ല. സെഡറിക് വളരെ സന്തോഷവാനായിരുന്നു. പ്രശ്നങ്ങൾ എല്ലാം മറന്ന്, ജോലിയുടെ ഭാരങ്ങൾ ഇറക്കിവെച്ച് ആശ്വസിക്കാനാണ് അയാൾ കപ്പൽയാത്രകൊണ്ട് ഉദ്ദേശിച്ചത്. ഏതൻസിൽ നിന്ന് സൈക്ലേഡ്സിലേക്ക് ഒരാഴ്ചത്തെ യാത്ര - അതും തന്റെ ഉറ്റ മിത്രത്തിനൊപ്പം. 'ഇവേഷൻ' എന്നു പേരുള്ള ഒരു കൊച്ചുപായ്ക്കപ്പലായിരുന്നു അത്. നേരം സന്ധ്യയായിരുന്നു. കപ്പലിന്റെ മുകൾത്തട്ടിൽ നിന്നിരുന്ന അവർക്ക് 'പറോസ്' സുവർണ്ണതീരത്തിനടുത്തുള്ള പാറക്കെട്ടുകൾ കാണാമായിരുന്നു.

''നീ ആഗ്രഹിക്കുന്ന ആ നിമിഷം ഞാൻ നിന്നെ വിവാഹം കഴിക്കും ലോർണ.'' മറ്റു ചിന്തകൾ ഒന്നും ഇല്ലാത്ത ഒരു വശ്യ

നിമിഷത്തിൽ ഹർഷോന്മാദത്തോടെ അയാൾ പറഞ്ഞു. ''നീയാണെന്റെ ജീവിത സായൂജ്യം.''

അവൾ മറുപടി പറഞ്ഞില്ല. വിഷമത്തോടെ പുഞ്ചിരിക്കുക മാത്രം. എന്നിട്ട് അയാളുടെ കൈ അമർത്തി, അവളുടെ ചാരനിറം കലർന്ന കണ്ണുകളോടെ അയാളെ നോക്കി. കപ്പൽജോലിക്കാർ ആ കപ്പലിൽ ചെറിയ അറ്റകുറ്റപ്പണികൾ ചെയ്യുകയായിരുന്നു. ഏതൻസിൽ നിന്നും പുറപ്പെടുമ്പോൾ മറ്റൊരു കപ്പലുമായി ചെറിയ ഉരസലുകളും തട്ടലുകളും പറ്റിയിരുന്നു. അവിടെ വീശിയ കാറ്റിനാലും കടൽകാക്കകളുടെ കരച്ചിലിനാലും നേർത്തുപോയ ഒരു പാട്ടിന്റെ അലയടികൾ ഒഴുകി വന്നു.

''എനിക്ക് തോന്നുന്നു നമ്മൾ പിരിയാൻ പോവുകയാണെന്ന്.''

അവൾ താഴ്ന്ന സ്വരത്തിൽ ഇടർച്ചയോടെ പറഞ്ഞു. അവളുടെ നോട്ടത്തിൽ നിന്നും സെഡറിക്കിനു മനസ്സിലായി അവൾ പറഞ്ഞത് തമാശയല്ലെന്ന്. അയാൾക്ക് ഉൾക്കൊള്ളാനാവാത്ത ഒരു പ്രഹരമേറ്റ പോലെ തോന്നി. ദൂരെനിന്നു ഒരു കൂറ്റൻ തിരമാല തന്നെ നശിപ്പിക്കാൻ വരുന്നത് കാണുന്നതുപോലെ അയാൾ അനങ്ങാതെ നിന്നു. തിര കാരണം കുറച്ച് ആടി. ഒന്നും പറയാതെ അയാൾ നടന്നു. അവിടെ പായ്മരത്തിനു താഴെ വെള്ളം ചിതറിക്കിടന്നിരുന്നു. പായ്മരത്തിനു മുകളിൽ അപ്പോഴും പണി നടക്കുന്നുണ്ടായിരുന്നു പെട്ടെന്ന് അവിടെ എന്തോ പൊട്ടിയ ശബ്ദം കേട്ടു. ചുണ്ടിൽ സിഗരറ്റുമായി നിന്ന സെഡറിക്കിന്, തന്റെ നേരെ എന്തോ ഒരു വസ്തു ചീറിപ്പാഞ്ഞു വരുന്നതുപോലെ, വളരെ ഭാരമേറിയ എന്തോ തന്റെ തോളത്തു വന്നടിക്കുന്നതുപോലെ അനുഭവപ്പെട്ടു. എന്തോ വിവരിക്കാൻ പറ്റാത്ത വികാരം. അയാൾ സ്തംഭിച്ചുപോയി. ആരാച്ചാരുടെ മഴു വീണ് ശിരച്ഛേദം ചെയ്യപ്പെടുന്നവർക്ക് അനുഭവപ്പെടുന്നപോലെ. വീർപ്പുമുട്ടലിൽ ശ്വാസംമുട്ടിയ അയാളുടെ നിലവിളി കടൽകാക്കകളുടെ കരച്ചിലിലും തിരമാലകളുടെ ശബ്ദത്തിലും മുങ്ങിപ്പോയി. മരത്തിന്റെയും ഇരുമ്പിന്റെയും ഭാഗങ്ങൾ പായ്മരത്തിന് മുകളിൽ നിന്ന് വീഴുന്നത് കണ്ട് നാവികർ ഉച്ചത്തിൽ അലറി.

യാത്രക്കാരും ജോലിക്കാരും പായ്മരത്തിന്റെ അടുത്തേക്ക് ഓടിക്കൂടി. നുരയിൽ നനഞ്ഞുകിടക്കുന്ന സെഡറിക്കിനെ സഹായിക്കാൻ അവർ കൈകൾ നീട്ടി. ഒരു ഓഫീസർ നേതൃത്വമേറ്റെടുത്ത് പറഞ്ഞു, അപകടത്തിൽപെട്ട ശരീരത്തിൽ വീണുകിടക്കുന്ന സ്റ്റീൽ ഭാഗങ്ങൾ തൊടരുതെന്നും കപ്പലിൽ ഡോക്ടർ ഉണ്ടായേക്കാം എന്നും. പേടി കൊണ്ട്, ശ്വാസമുട്ടിക്കൊണ്ട് ലോർണ കരയുവാൻ തുടങ്ങി. സംഭവത്തിന്റെ നടുക്കത്തിൽ തന്നെയായിരുന്ന അവളെ ഒരു കപ്പൽ

ജോലിക്കാരൻ മുറിയിലേക്കു കൂട്ടിക്കൊണ്ടുപോയി. ഒരു മണിക്കൂറിനു ശേഷം പാരോസ് ഐലണ്ടിൽ നേവി പൊലീസിന്റെ ലൈഫ്ബോട്ടിൽ എത്തിയശേഷം ഒരു ഹെലികോപ്റ്റർ സെഡറിക്കിനെ ഏതൻസിലെ ആശുപത്രിയിലേക്ക് കൊണ്ടുപോയി.

ആറ്

അനസ്തേഷ്യസ്റ്റും സർജന്മാരും ഓപ്പറേഷൻ മുറിയിൽ മാറിമാറി തങ്ങളുടെ ജോലി ചെയ്തു. നിരവധി ഓപ്പറേഷനുകൾ വേണ്ടിവന്നതിനാൽ വലിയ പ്രതീക്ഷയൊന്നും ഉണ്ടായിരുന്നില്ല. എന്നാൽ ന്യൂറോ ചിത്രങ്ങളിൽ അവർ കണ്ടത് തലച്ചോറിന്റെ പ്രവർത്തനങ്ങൾ സജീവമാണെന്നാണ്. വളരെ അധികം യന്ത്രങ്ങളുടെ സഹായത്തോടെ ജീവൻ നിലനിർത്തിയിരുന്ന ആ ശരീരത്തിൽ നിരവധി ഒടിവുകളും മുറിവുകളും ഉണ്ടായിരുന്നു. വിദഗ്ധ പരിശോധനയ്ക്ക് ശേഷം നാഡി വിദഗ്ധർ ജോലിയേറ്റെടുത്തു. തീവ്രപരിചരണ വിഭാഗത്തിലുള്ള ഡോ. ആൻഡ്രിയാസ് അഗ്നോ ഉറക്കെ സംസാരിച്ച് ക്ഷീണിച്ചു തുടങ്ങിയ തന്റെ ടീമിനെ ഉത്തേജിപ്പിച്ചുകൊണ്ടിരുന്നു. ന്യൂറോ സർജന്മാർ തത്കാലത്തേക്കു വിട വാങ്ങിയപ്പോൾ വേറെ മൂന്നു ടീമുകൾ അവിടെ എത്തി ജോലി തുടർന്നു. ഒരു പൊട്ടൽ അല്ലെങ്കിൽ ഒരു തകർന്ന അവയവം മതി മരണകാരണമാകാൻ. ഗ്ലാസ്ഗോ കോമാ സ്കെയിലിൽ* ഏറ്റവും താഴ്ന്ന നിലയിൽ ആയിരുന്നു അയാൾ. രക്ഷപ്പെടാനുള്ള സാധ്യത വളരെ കുറവായിരുന്നു.

'മരണമാണ് ഇതിലും ഭേദം'. ഓപ്പറേഷൻ തിയറ്ററിനു പുറത്തുള്ള മുറിയിൽ കോട്ട് അഴിച്ചുവെച്ച് ആൻഡ്രിയാസ് അഗ്നോ ചിന്തിച്ചു. "അവന്റെ കാര്യം പോക്കാണ്" എന്നായിരുന്നു തന്റെ സഹപ്രവർത്തകനായ സിസിലിയിൽ നിന്നുള്ള ഡോക്ടർ എമിലിയോ പാൻസി പറഞ്ഞത്. ഇമ്യൂണോളജിയിൽ പ്രാവിണ്യം ഉള്ള സിസിലിക്കാരനായ പാൻസിയെ ഏതൻസിലെ ഈ ആശുപത്രിയിലേക്ക് താത്കാലികമായി എടുത്തിരിക്കുകയാണ്.

മുഖ്യ സർജന് ആദ്യം അലോസരം തോന്നിയെങ്കിലും പിന്നീട് അയാൾ കൈ മലർത്തി. അയാൾ സമ്മതിച്ചു. "ശരിയാണ്. ഇയാൾ ജീവിച്ചിരിക്കുകയാണെങ്കിൽ അയാൾക്കും അയാളുടെ ബന്ധുക്കൾക്കും

---

* കോമാവസ്ഥയിലുള്ള രോഗിയുടെ പ്രതികരണശേഷിയുടെ അളവ് (5 മുതൽ 15 വരെ) 5 ഏറ്റവും മോശം

വളരെ ബുദ്ധിമുട്ടായിരിക്കും. പക്ഷേ നമ്മുടെ ദൗത്യം അവസാനം വരെയും പരിശ്രമിക്കുക എന്നതാണ് അല്ലേ?''

എമിലിയോ പാൻസി തലയുയർത്തി ആ ഗ്രീക്കുകാരന്റെ ചാര നിറത്തിലുള്ള കണ്ണുകളിലേക്ക് നോക്കി, അപ്പോൾ അയാൾക്കു മനസ്സിലായി അദ്ദേഹം ഒരു മറുപടിയും പ്രതീക്ഷിക്കുന്നില്ല എന്ന്.

''താങ്കൾ ഇംഗ്ലീഷ് സംസാരിക്കുമോ?'' ആൻഡ്രിയാസ് തുടർന്ന് പറഞ്ഞു: ''എങ്കിൽ മിസ്സ് ലീറിനെ കാത്തിരിപ്പു മുറിയിൽ കണ്ടെത്തി നിങ്ങൾക്കു പറ്റുന്നവിധം കാര്യങ്ങൾ പറഞ്ഞു മനസ്സിലാക്കിക്കൊടുക്കൂ. ചില സന്ദർഭങ്ങളിൽ വെറുതെ പ്രതീക്ഷ കൊടുക്കുന്നതും അല്ലെങ്കിൽ നിരാശപ്പെടുത്തുന്നതും തമ്മിൽ വലിയ വ്യത്യാസമൊന്നും ഇല്ല.''

ഏകദേശം പുലർച്ചെ രണ്ടുമണിയോടെയാണ് സെഡറിക് എർഗിനെ ആ ബ്ലോക്കിൽ നിന്ന് തീവ്രപരിചരണ വിഭാഗത്തിലേക്കു മാറ്റിയത്. അവിടെ നിന്ന് അപ്പോഴാണ് തലേദിവസം അപകടത്തിൽപെട്ട ഒരു മോട്ടോറിസ്റ്റിന്റെ ശരീരം മാറ്റിയത്. ഭാവി വിധവയെ കാര്യങ്ങൾ പറഞ്ഞു മനസ്സിലാക്കാൻ ഉള്ള ബുദ്ധിമുട്ടേറിയ ദൗത്യം, ചുമതലപ്പെട്ട ആ യുവസർജനും വളരെ ക്ലേശകരമായിരുന്നു.

ഏകദേശം പത്തു മണിക്കൂറോളം വീർപ്പുമുട്ടിക്കുന്ന ഈ സ്ഥലത്തു ചിലവഴിച്ചിട്ടും ലോർണ അതിമനോഹരിയായിരുന്നു. എമിലിയോ പറഞ്ഞതു കേട്ട് അവൾ ഞെട്ടിയില്ല. അയാൾ അവളെ കാര്യങ്ങളുടെ യഥാർത്ഥ അവസ്ഥ മനസ്സിലാക്കിക്കൊടുത്തു, അത്ഭുതത്തിൽ വിശ്വസിക്കണ്ട എന്നും ബോധ്യപ്പെടുത്തി. ക്ലിനിക്കൽ മരണം ഉണ്ടാകുമെന്ന് അയാൾ തീർത്തു പറഞ്ഞു.

രോഗിയുടെ അവസ്ഥയും അയാൾക്കു കൊടുക്കുന്ന ശുശ്രൂഷയും വിവരിച്ചതിനുശേഷം അദ്ദേഹം ഈ രാത്രി കടക്കുമോ എന്ന് ഞാൻ സംശയിക്കുന്നു എന്നയാൾ ശാന്തമായി പറഞ്ഞു. അതു കേട്ടിട്ടും ലോർണയുടെ കടുംനീലക്കണ്ണുകൾ എന്തുകൊണ്ടോ തിളങ്ങിത്തന്നെയായിരുന്നു.

അദ്ദേഹം ജീവിക്കും എന്നവൾ പതുക്കെ പറഞ്ഞു. അവളുടെ കണ്ണുകൾ എമിലിയോയെ അസ്വസ്ഥനാക്കി. ''അയാളുടെ സ്ഥിതി പ്രതീക്ഷ നൽകാത്തതാണ്.'' അദ്ദേഹം തുടർന്നു.

''അയാൾക്കിപ്പോൾ മരിക്കാൻ സമയമായിട്ടില്ല.'' ആ യുവതി എതിർക്കാനാവാത്ത ഗൗരവത്തോടെ ഉത്തരം നൽകി.

അവൾ തന്റെ പങ്കാളിയെ ഉടനെ കാണണമെന്നാവശ്യപ്പെട്ടു. അത് കണ്ണാടിക്കൂടിനുള്ളിൽ കൂടിയാണെങ്കിൽ പോലും. ആ മനോഹരിയായ സ്ത്രീയുടെ ആഗ്രഹത്തെ ചെറുക്കാൻ എമിലിയോ പാൻസിക്ക്

കഴിഞ്ഞില്ല. അയാൾ സമ്മതിച്ചു. അതേസമയം കുറെ വ്യവസ്ഥകൾ അവളോട് പറഞ്ഞു. അവൾ ഒരു വാക്കും ഉച്ചരിക്കാതെ കോട്ടും പ്ലാസ്റ്റിക് കൈ ഉറകളും ധരിച്ചുകൊണ്ട് തീവ്രപരിചരണ വിഭാഗ ത്തിലെ ഇരുപത്തിയേഴാം മുറിയിലേക്ക് ചെന്നു. അബോധാവസ്ഥയിൽ, അടഞ്ഞ കണ്ണുകളുമായി സെഡറിക് യാഥാർഥ്യത്തിന്റെ ആഴമേറിയ പേടിസ്വപ്നത്തെക്കുറിച്ചു ധ്യാനിക്കുന്നതായി തോന്നി. പലവിധത്തി ലുള്ള യന്ത്രങ്ങളുമായി ഘടിപ്പിക്കപ്പെട്ടിരുന്ന അയാൾ വളരെ ബുദ്ധി മുട്ടി ശ്വാസം വലിച്ചു. ഒരു പരീക്ഷണത്തിന് ഇരയാക്കപ്പെട്ട ലബോ റട്ടറിയിലെ എലിയെപോലെ.

ലോർണ തന്റെ വിരൽത്തുമ്പുകളാൽ അയാളുടെ കൈയിൽ സ്പർശിച്ചു. ''സെഡറിക്, നീ എന്തുമാത്രം വേദന അനുഭവിക്കുന്നു ണ്ടാകും.'' അവൾ പറഞ്ഞു.

''നമ്മൾ എല്ലാത്തരം ഫലങ്ങളും പ്രതീക്ഷിക്കണം, ബ്ലഡ് പ്രഷർ താഴ്ന്നാലും ഓക്സിജൻ കുറഞ്ഞാലും അയാളുടെ മുറിവുകളെ ബാധിക്കും...''

സർജൻ ആ പെൺകുട്ടിയെ വിലയിരുത്തി. അയാൾക്കു വേണ മെങ്കിൽ അവളോട് രോഗിയുടെ ഭാവിയെക്കുറിച്ച് സാംസാരിക്കാമാ യിരുന്നു. പൂർണമായ തളർച്ച. സ്പാസം, വൃക്ക, മൂത്രസഞ്ചി, ശ്വാസ കോശം എന്നിവയുടെ ക്രമേണയുള്ള തകർച്ച, ലൈംഗിക അപര്യാ പ്തത തുടങ്ങി പലതും. പക്ഷേ ഇതിലും വലുത് സംഭവിച്ചേക്കാം എന്നുള്ള അയാളുടെ വിശ്വാസം ഇതെല്ലാം പറയുന്നതിൽ നിന്ന് അയാളെ പിന്തിരിപ്പിച്ചു.

''ഞങ്ങളെ ഒറ്റയ്ക്കിരിക്കുവാൻ സമ്മതിക്കൂ. എനിക്ക് അദ്ദേഹ ത്തോട് സംസാരിക്കണം.'' അവൾ പറഞ്ഞു.

അയാൾ കോമയുടെ മൂന്നാം ഘട്ടത്തിൽ ആണ് എന്ന് ആ ഇറ്റ ലിയൻ സർജൻ പറഞ്ഞു. ''നിങ്ങൾക്ക് അതെന്താണെന്ന് അറി യാമല്ലോ അല്ലേ?''

''അത് ഞാൻ ശ്രദ്ധിച്ചുകൊള്ളാം. ദയവു ചെയ്ത് അനുവദിക്കൂ.''

ഡോ. പാൻസി അവളോട് ഏറ്റവും ചുരുക്കി അവൾക്കു പറയു വാൻ ഉള്ളത് പറയുവാൻ അഭ്യർത്ഥിച്ചു. പിന്നീടയാൾക്ക് തോന്നി അതിന്റെയൊന്നും ആവശ്യമില്ലെന്നും അവൾ അയാളുടെ എല്ലാ ട്യൂബുകളും വയറുകളും പൊട്ടിച്ചു കളഞ്ഞാലും അതൊന്നും അയാ ളുടെ ഭാവിയെ വലുതായിട്ടൊന്നും മാറ്റില്ലായെന്നും.

തീവ്രപരിചരണ വിഭാഗത്തിൽ തുറന്നിട്ടിരുന്ന കതകിനുള്ളിൽ ഒറ്റയ്ക്കായ ലോർണ തന്റെ പ്രിയതമന്റെ കെട്ടിവെച്ചിരുന്ന മുഖത്തി നടുത്ത് ചുണ്ടുകൾ ചേർത്ത് വളരെ ശാന്തമായി പറഞ്ഞുതുടങ്ങി.

''നിങ്ങൾക്കെന്നെ കേൾക്കാമോ? എന്റെ ശബ്ദം തിരിച്ചറിയാമോ, എനിക്ക് നിങ്ങളെ ഇഷ്ടമാണ് സെഡറിക്. ഞാനൊരിക്കലും നിങ്ങളെ സ്നേഹിക്കാതിരുന്നിട്ടില്ല. പക്ഷേ നമുക്ക് ഒരുമിച്ചു ജീവിക്കുവാൻ സാധ്യമായിരുന്നില്ല. നമ്മുടെ ഇടയിൽ പല പ്രശ്നങ്ങളുമുണ്ടായിരുന്നു. നമ്മുടെ സ്നേഹവും ഒന്നിച്ചുള്ള കിടപ്പും എല്ലാം നിർത്താനുള്ള സമയമായിരുന്നു.''

അവൾ അയാളുടെ ചെവിയിൽ ഇതെല്ലാം മന്ത്രിച്ചുകൊണ്ടേയിരുന്നു. വേർപിരിയലിന്റെ ചിന്ത അവളുടെ ഉള്ളിൽ ജനിച്ചപ്പോൾ മുതൽ ലോർണ അവനോടു പറയാൻ ഉദ്ദേശിച്ചിരുന്നതെല്ലാം അവൾ പറഞ്ഞുകൊണ്ടിരുന്നു. അവൾക്ക് അതിൽ ഒരു ആത്മസംതൃപ്തി തോന്നി. അവൾ അവളുടെ വിശ്വാസവഞ്ചന പ്രേമിക്കുന്നവരുടെ ഇടയിലുള്ള സാധാരണ പിണക്കമായി അവതരിപ്പിക്കാൻ അവൾ ശ്രമിച്ചു. സെഡറിക്കിന്റെ നിഷ്ക്രിയ ശരീരം അവളെ യാഥാർത്ഥ്യങ്ങളിലേക്ക് തിരിച്ചുകൊണ്ടുവന്നു.

''നിങ്ങൾ ജീവിക്കും.'' സ്വരം താഴ്ത്തി പറഞ്ഞുകൊണ്ട് പെട്ടെന്ന് അവൾ അവിടുന്ന് പുറത്തു കടന്നു. പുറത്ത് ടാക്സി നോക്കി നില്ക്കവേ ലോർണ ആലോചിച്ചു. അപകടം നടക്കുന്നതിന് കുറച്ചു ദിവസം മുന്നേ ആണ് അവൾ സെഡറിക്കിന്റെ യഥാർത്ഥ വിവരങ്ങൾ അറിഞ്ഞത്. ഒരു അപരിചിതന്റെ ദുഷ്ടലാക്കോടുകൂടിയ ഒരു ഇമെയിൽ സന്ദേശം അവളെ എല്ലാം അറിയിച്ചു. ഞെട്ടിക്കുന്ന ഈ വിവരം എല്ലാം അവസാനിപ്പിക്കുവാൻ അവളെ പ്രേരിപ്പിച്ചു. ഒരു കപട മുഖം വെച്ച് സെഡറിക് ഇത്രയും വർഷം അവളെ പറ്റിക്കുകയായിരുന്നു. പക്ഷേ ഈ ഇരട്ടമുഖം ഇനി അവശേഷിക്കുന്നില്ല. അവൾക്ക് തന്നേക്കാൾ കൂടുതൽ അറിയാമായിരുന്ന ഈ ശരീരം എല്ലാം ഒന്നാകുന്ന ഒരു ശൂന്യതയിലേക്ക് അവൾ ഉപേക്ഷിച്ചു. അവിടെ യാതൊരു വേർതിരിവും ഇല്ല. ലോർണ മെട്രോപോളിറ്റൻ ആശുപത്രിയിലേക്ക് തിരിഞ്ഞു നോക്കി. വികാരവും ദേഷ്യവും കലർന്ന മുറിപ്പെട്ട സ്വരത്തിൽ അവൾ പറഞ്ഞു. ''നിങ്ങൾ മോറിസ് അലൻ വെബേഴ്സണിന്റെ മകൻ ആണെന്നത് സത്യമാണെന്നതുപോലെ നിങ്ങൾ ജീവിക്കും എന്നും എനിക്ക് ഉറപ്പുണ്ട്.''

ഏഴ്

മന്ദമായി വീശിയ തണുത്ത കാറ്റിൽ, മേഘങ്ങൾ ഒഴിഞ്ഞ്, ഏതൻസിലെ ചെറിയ മലകളെയും തുറമുഖവും കപ്പലുകളും വ്യക്തമായി കാണാമായിരുന്നു. മെട്രോപൊളിറ്റൻ ആശുപത്രിയിലേക്ക് പോയിരുന്ന ടാക്സിയിൽ നിന്ന് ലോർണ പുറത്തേക്ക് നോക്കി. നന്നായി പ്ലാൻ

ചെയ്ത റോഡുകൾ. നിരനിരയായി കോൺക്രീറ്റ് കെട്ടിടങ്ങൾ. ഇടയ്ക്ക് സംരക്ഷിച്ചു നിർത്തിയിരുന്ന പുരാവസ്തുക്കളും. ജംഗ്ഷനുകളിലും ഫാൻസി സ്റ്റോറുകളുടെയും മാർക്കറ്റുകളുടെയും റെസ്റ്ററൊന്റുകളുടെയും മുന്നിലുമുള്ള ആൾക്കൂട്ടത്തിൽ അവൾ ഒരു സാധാരണ മനുഷ്യന്റെ മുഖം തിരഞ്ഞു.

വണ്ടിയുടെ വേഗത കുറഞ്ഞപ്പോൾ ട്രാഫിക് സിഗ്നലിൽ നിന്നപ്പോൾ അവൾ നോക്കുകയായിരുന്നു. ആരായാലും അയാളെ സ്നേഹിക്കാം, അറിയാൻ ശ്രമിക്കാം എന്ന് തോന്നി. വർഷങ്ങൾക്കു മുന്നേ സെഡറിക്കിനെ എന്നപോലെ. ഒരു അപരിചിതനെ തന്റെ ജീവിതത്തിലെ ഏതു പുരുഷനിൽ നിന്നും വ്യത്യസ്തനാക്കുന്നത് എന്താണ്, അയാളുടെ ശീലങ്ങളിൽ ഉള്ള യുക്തിഹീനതയുടെ അടയാളങ്ങളല്ലാതെ. നഗരത്തിന്റെ ബഹളം കണ്ട് അവൾ കണ്ണുകളടച്ചു. അത് അവളുടെ മനസ്സിൽ തങ്ങി നിന്നിരുന്ന ചിന്തകളെപോലെതന്നെ ആയിരുന്നു. പാരോസ് ഐലൻഡിൽ വെച്ച് കപ്പലിലെ അപകടം നടന്നിട്ട് ഇരുപത്തിയേഴ് നാളുകൾ കഴിഞ്ഞിരിക്കുന്നു. അവിശ്വസനീയമായിരിക്കുന്ന ഈ അവസ്ഥ. ഈ ദുരൂഹത ഇനി എത്രനാൾ തുടരും. വെറും അസ്ഥികൂടം മാത്രമായി മാറിയിരുന്നെങ്കിലും സെഡറിക് ഇനിയും മരണപ്പെട്ടിട്ടില്ല. താൻ അറിഞ്ഞിരുന്നു എന്ന് വിശ്വസിച്ച മനുഷ്യനെ അഥവാ അവൾ ശാരീരികമായും മറ്റെല്ലാ അർത്ഥത്തിലും സ്നേഹിച്ചിരുന്ന, ആ മനുഷ്യനെ, ആ വിനോദക്കപ്പലിൽ ബോധം കെട്ടുവീണ ആ മനുഷ്യനെ ഉപേക്ഷിക്കാൻ എടുത്ത തീരുമാനത്തിൽ നിന്നും ആ അപകടം മൂലം അവൾക്ക് മാറേണ്ടി വന്നു. അങ്ങനെ മാറാൻ കഴിയുന്ന മനുഷ്യമനസ്സിനെക്കുറിച്ച് അത്ഭുതം തോന്നി. ശരിക്കുമുള്ള വികാരമായോ അനുഭവങ്ങളായോ അതിനു യാതൊരു ബന്ധവും ഇല്ലതന്നെ.

ടാക്സി ആശുപത്രിയിലേക്ക് പ്രവേശിച്ചു. തീവ്രപരിചരണവിഭാഗത്തിന് മുന്നിൽ ഒരു ആംബുലൻസ് നിർത്തിയിട്ടിരുന്നു. സാധാരണ രീതിയിൽ രണ്ട് ആൺനഴ്സുമാർ ഒരു സ്ട്രെച്ചർ ഉരുട്ടി കൊണ്ടുപോയി. ജ്വലിക്കുമോ കെടുമോ എന്നറിയാത്ത ഒരു മെഴുകുതിരിയുടെ ജ്വാലയെപ്പോലെ അനിശ്ചിതമായ ഒരു ജീവിതം അവരുടെ പിടിയിൽ ഉണ്ടെങ്കിലും സാധാരണമട്ടിൽ അവർ കൊച്ചുവർത്തമാനം പറഞ്ഞ് നടന്നു.

ലോർണ തിരിഞ്ഞുനടന്നു. സെഡറിക്കിന്റെ അച്ഛനാരെന്ന് അറിഞ്ഞപ്പോൾ മുതൽ അസഹനീയമായ ഒരു അസ്വസ്ഥതയും വേദനയും തോന്നി. അലൻ വെബേഴ്സണിന്റെ അളവറ്റ സ്വത്ത് അവൾക്കും യാഥാർത്ഥ്യങ്ങൾക്കും ഇടയിൽ നിന്നു. സെഡറിക്കിന്റെ

അപകടത്തെക്കുറിച്ച് താനാണ് അയാളെ അറിയിച്ചത്. ഫാർമസ്യൂട്ടിക്കൽ ഇൻഡസ്ട്രിയുടെ തലപ്പത്തിരിക്കുന്ന അയാൾ തന്റെ കൈവള്ളയിൽ സെഡറിക്കിന്റെ ചിതറിയ ജീവിതം കോരിയെടുത്ത് സംരക്ഷിക്കും. അങ്ങനെ അവളുടെ ഉത്തരവാദിത്വങ്ങൾ അവസാനിക്കും. അങ്ങനെ തനിക്ക് സെഡറിക്കിനെ വിട്ടുകൊടുക്കാനാകുമോ?

യൂണിവേഴ്സിറ്റി ആശുപത്രിയുടെ ന്യൂറോ സർജിക്കൽ വിഭാഗത്തിൽ കൂടി നടന്നപ്പോൾ ചീഫ് സർജനെ കണ്ടതുപോലെ തോന്നി. അവൾ അയാളുടെ അടുക്കലേക്ക് ധൃതിയിൽ ചെന്നു. പക്ഷേ അയാൾ നിന്നില്ല. തിരക്കിൽ മറഞ്ഞു. അവർ തന്നെ ഒഴിവാക്കുവാൻ ശ്രമിക്കുകയാണോ എന്ന് തോന്നി. അവൾ അല്പം നിന്നു. ശ്വാസം നേരെയാക്കി. സ്വയം പറഞ്ഞു കാണാഞ്ഞത് നന്നായി. സർജന്മാർക്ക് ദുഃഖകരമായ വാർത്തകൾ മാത്രമേ അറിയിക്കുവാൻ ഉണ്ടാകൂ. അവൾ തേടിപ്പിടിച്ച് പടികൾ കയറി വാർഡുകളുള്ള ഹാളിലേക്ക് നീങ്ങി. തുറന്നിട്ട വാതിലുകളിലൂടെ കാണാമായിരുന്ന നഗ്നമായ കാലുകളും കാൽ മടക്കി പുതച്ചു കിടന്നവരും ഭയാനകമായ ഒറ്റപ്പെടലിനെ ഓർമ്മപ്പെടുത്തി. 27-ാം നമ്പർ മുറിയുടെ മുന്നിൽ എത്തിയപ്പോൾ അവൾ തീരെ ദുർബലയായയപോലെ കിടുകിടാ വിറച്ചു. തന്റെ ചുണ്ടുകൾ അനക്കിക്കൊണ്ട് സെഡറിക് ഒരു അഗാധതയിലാണ് എന്നപോലെ കിടന്നുറങ്ങുകയായിരുന്നു. ബാന്റേജ് ചെയ്ത കൈകളും വീർത്ത മുഖവും കണ്ടു നിൽക്കുവാനാവാതെ വരാന്തയിൽ ഒരറ്റത്തുനിന്ന് മറ്റൊരിടത്തേക്ക് നടന്നു. എന്തു ചെയ്യണമെന്നറിയാതെ മനസ്സു മടുത്തിരുന്നു. സെഡറിക് കോമയിൽ നിന്ന് ഉണർന്നിട്ട് കുറച്ചുദിവസമായി. അയാളുടെ കണ്ണുകൾ മോചനത്തിനായി യാചിച്ചു. നിദ്രയിൽ അയാൾ എന്താണ് പറയുന്നത്. അയാളുടെ ചുണ്ടുകളിൽ ഉറ്റുനോക്കിയ അവൾക്ക് ആ വിളി തെളിഞ്ഞു വന്നു. ‘‘രക്ഷിക്കണേ...’’

എട്ട്

ഡോ. ആൻഡ്രിയാസിന്റെ മേൽനോട്ടത്തിൽ സെഡറിക് തുടർച്ചയായുള്ള മൂന്നു സർജറികളെ അതിജീവിച്ചു. ട്രോമയ്ക്കു ശേഷമുള്ള അപകടാവസ്ഥകൾ തരണം ചെയ്യാൻ മാത്രമേ അവർ വിജയിച്ചിരുന്നുള്ളൂ. കാര്യമായ മറ്റു പുരോഗതിയൊന്നും വന്നിരുന്നില്ല. സർജറിക്കുശേഷം ഒരു രോഗി എന്ന സ്ഥാനത്തു നിന്ന് അയാൾ ഒരു അമൂല്യമായ പരീക്ഷണ വസ്തുവായി മാറിയിരുന്നു. യൂണിവേഴ്സിറ്റി ആശുപത്രിയിൽ, പൂർണമായ നട്ടെല്ല്പൊട്ടൽ ഉള്ള വ്യക്തി യാതൊരു

മാറ്റവും ഇല്ലാതെ തുടർന്നാൽ ആ ശരീരം 'ഡിസക്ഷൻ' പഠനത്തിനായുള്ള ക്ലാസുകളിൽ ഉപയോഗിക്കുമായിരുന്നു. ഇതാണ് നട്ടെല്ലിന്റെ ഇമേജിങ് കണ്ടപ്പോൾ എമിലിയോ പാൻസിക്ക് തോന്നിയത്. പക്ഷേ ഈ ഒരു പരീക്ഷണ വസ്തു കോമയിൽ നിന്ന് ഉണർന്നിരിക്കുന്നു. ഇനി അതിനെ ലബോറട്ടോറിയിൽ ഗാലന്റെയും ഹിപ്പൊക്രറ്റസ്സിന്റെയും* ശിഷ്യന്മാർക്ക് ഉപയോഗിക്കാൻ കഴിയില്ല. സർജൻ ആൻഡ്രിയാസ് എന്തിനാണ് കോപിച്ചിരിക്കുന്നത് എന്ന് എമിലിയോയ്ക്ക് മനസ്സിലായില്ല. വലിയ ഒരു ഉത്തരവാദിത്തം ഒഴിഞ്ഞുപോകുകയല്ലേ. ആശ്വസിക്കുകയല്ലേ വേണ്ടത്. സെഡറിക്കിനെ ഈ ആശുപത്രിയിൽ നിന്ന് മാറ്റുവാൻ പോകുകയായിരുന്നു. ഉയർന്ന ഉദ്യോസ്ഥർ ഇടപെട്ടതുകൊണ്ട് ഇറ്റലിയിലെ വലിയ ഒരു ആശുപത്രിയിലേക്കാണ് രോഗിയെ മാറ്റുന്നത്. ഇവിടത്തേക്കാൾ സാങ്കേതിക മികവുള്ള ഒന്നായതുകൊണ്ടായിരുന്നു ആ മാറ്റം. മാറ്റത്തിന് രോഗിയുടെ സ്വതന്ത്രമായ സമ്മതം വേണമായിരുന്നു. എല്ലാ മാനസികകഴിവുകളും വീണ്ടെടുത്ത സെഡറിക്കിന്റെ ഒരു കണ്ണടയ്ക്കൽ 'സമ്മതം' എന്ന് രേഖപ്പെടുത്തുകയായിരുന്നു. നല്ലൊരു സർജനും ഡയഗ്നോസ്റ്റീഷ്യനും ആയിരുന്നുവെങ്കിലും ആൻഡ്രിയാസ് ടുറിനിലെയും മിലാനിലെയും സർജന്മാരുടെയത്രയും കഴിവുള്ളവൻ ആയിരുന്നില്ലല്ലോ.

എമിലിയോ പാൻസി സൂര്യകിരണങ്ങളിലേക്കു തലയുയർത്തി, ഇതൊന്നും തന്നെ ബാധിക്കുന്ന കാര്യമല്ലല്ലോ എന്ന് ചിന്തിച്ചു. തന്റെ ഇവിടത്തെ ദൗത്യം കുറച്ചു ആഴ്ചകൾക്കുള്ളിൽ അവസാനിക്കും. വളരെ സമാധാനത്തോടെ താൻ റോമിലേക്കു തിരിച്ചു പോകും. ചിതറിയ സൂര്യകിരണം വരാന്തയിലെ ജനാലയിൽ കൂടി കടന്നു സെക്യൂരിറ്റി ഓഫീസിനു മുന്നിൽവരെ എത്തി. ഒരു നിഴൽ ജനലിനരികിലൂടെ നീങ്ങി. അയാളെ ആകർഷിക്കും വിധമുള്ള ആ നിഴലിനെ മനസ്സിലാക്കുവാൻ അധികസമയം വേണ്ടിവന്നില്ല. ആകർഷണവും കുറ്റബോധവും ഉള്ളിൽ മാറിമാറി ഉദിച്ചു. അബോധാവസ്ഥയിൽ കിടക്കുന്ന ഒരു രോഗിയുടെ പങ്കാളിയെ ആഗ്രഹിക്കുക എന്നതിലെ അധാർമ്മികതയേക്കാൾ പ്രയാസമായിരുന്നു അവളുടെ മനോവീര്യം കെടുത്തുക എന്നത് എന്നയാൾ കരുതി. അതെ. ആ വന്ന സ്ത്രീ ലോർണ ലീർ ആയിരുന്നു. അവൾ വളരെ ആകർഷകയായിരുന്നു. അവളുടെ നെറ്റിയിലെ ചുളിവുകളും നീലക്കണ്ണുകളും അവളെ അതിമനോഹരിയാക്കി. ക്ഷീണവും ദുഃഖവും ഭംഗിയുള്ള സ്ത്രീകളിൽ കീഴടങ്ങലിന്റെ ഒരു ചാരുത ഉണർത്തുന്നുണ്ട്. 27-ാം നമ്പർ മുറിയിൽ നിന്നിറങ്ങി ലോർണ വാതിലിൽ മുട്ടുന്നതിനു മുമ്പുതന്നെ എമീലിയയുടെ തല കൊണ്ടുള്ള ആംഗ്യം കണ്ട് ഉള്ളിൽ കയറി. ''എന്നെ

* ഗ്രീക്ക് വംശജരായ വൈദ്യശാസ്ത്രത്തിന്റെ പിതാക്കന്മാർ

അവർ നിങ്ങളുടെ അടുത്തേക്കാണ് അയച്ചത്. എന്തെങ്കിലും വിവരം ഉണ്ടോ?''

അതിശയം പ്രകടിപ്പിച്ചുകൊണ്ട് എമിലിയോ പാൻസി തന്റെ കണ്ണട അഴിച്ചുമാറ്റി. ''നിങ്ങളോട് ആരും പറഞ്ഞില്ലേ?''

''എന്ത്?''

''നിങ്ങളുടെ പങ്കാളിയെ ഇനി പേര് കേട്ട ആശുപത്രിയായ ടുറിനിലെ സ്പാലൈൻ ആശുപത്രി ഏറ്റെടുക്കുകയാണ്. അങ്ങോട്ടേക്ക് മറ്റുവാനുള്ള നിർദ്ദേശം വന്നത് ആരോഗ്യവകുപ്പിൽ നിന്ന് നേരിട്ടാണ്.''

ലോർണയ്ക്കു സമാധാനമായി. സെഡറിക് മുൻ അവസ്ഥയിലേക്ക് കോമയിലേക്ക് തിരിച്ചു പോകുമോ എന്ന് അവൾ ഭയന്നിരുന്നു. സെഡറിക്കിന്റെ തലച്ചോറിൽ പരിക്ക് ഇല്ലാതിരുന്നതിനാൽ ചെറിയ പ്രതീക്ഷ വെക്കുന്നതിൽ തെറ്റില്ലായിരുന്നു.

''എപ്പോഴാണ് അയാളെ അവിടെ എത്തിക്കുക?''

''കുറച്ചു ദിവസത്തെ കാര്യമുള്ളൂ. അദ്ദേഹം ഇനി മുതൽ ആരുടെ കൈകളിൽ ആണെന്നത് നിങ്ങൾ മറക്കരുത്. നിങ്ങൾക്ക് മാത്രമേ ഇത് നിർത്തുവാൻ കഴിയുകയുള്ളൂ. പക്ഷേ നിങ്ങൾ നേരത്തെ സമ്മതം മൂളിയിരിക്കുമെന്ന് എന്ന് എനിക്ക് തോന്നുന്നു ഞാൻ പറഞ്ഞത് ശരിയല്ലേ?''

''സെഡറിക് എന്നോട് ആവശ്യപ്പെട്ടു.''

''നിങ്ങൾക്കറിയാമല്ലോ കൺപോളകൾ അടയുന്നത് ഒരു ഒപ്പ് പോലെ അല്ല.''

''അദ്ദേഹത്തിന് തളർന്നുകിടക്കുന്നതിനേക്കാൾ നൂറുവട്ടം ഇഷ്ടം മരിക്കുന്നതായിരുന്നു. അദ്ദേഹം എന്നോട് ഇതെല്ലാം നേരത്തെ തന്നെ പറഞ്ഞിരുന്നു. സ്വന്തം വിധി മുമ്പേ കണ്ടിരുന്നപോലെ.''

''ചിന്തിച്ചുനോക്കൂ. ഇത് ഒരു ഭ്രാന്തമായ ചിന്തയാണ്. ഇതെല്ലാം സയൻസ് ഫിക്ഷൻ കഥയിലേ നടക്കൂ. ഇനിയൊരു ഓപ്പറേഷൻ നടന്നാൽതന്നെ വിജയിക്കാൻ വളരെക്കുറച്ച് സാധ്യതകളേ ഉള്ളൂ. കുറച്ചു സമയംകൊണ്ട് വളരെയേറെ ചെയ്തുതീർക്കുവാനും ഉണ്ട്. പുതിയ പരീക്ഷണങ്ങൾ അതും ആദ്യത്തേത് സാധാരണ പരാജയപ്പെടാറേ ഉള്ളൂ. ഡോക്ടർ ജോർഗിയോ കടാവേരോയും സംഘവും രണ്ടു വർഷമായി നിർത്താതെ പരിശ്രമിക്കുകയാണ് എന്നാണ് സെഡറിക്കിന്റെ അച്ഛൻ എന്നോട് പറഞ്ഞത്.''

''കോടീശ്വരനായ മോറിസ് അലൻ വേബേഴ്സൺ അല്ലേ. കേട്ടപ്പോൾ ഞങ്ങൾക്കെല്ലാം അത്ഭുതമായി.''

''ഞാൻ അദ്ദേഹത്തെ കണ്ടിട്ടില്ല. അദ്ദേഹം ഒരു കോടീശ്വരൻ ആയത് സെഡ്രിക്കിന്റെ ഭാഗ്യം. ഞാൻ എന്റെ ജീവൻ സെഡ്രിക്കിനു കൊടുത്തേനേ. അതിനു വലിയ വില ഇല്ലെങ്കിൽപോലും.''

''എന്നിട്ടും നിങ്ങൾ അയാളെ ഉപേക്ഷിക്കുവാൻ തീരുമാനിച്ചില്ലേ?''

''ആരാണ് നിങ്ങളോട് പറഞ്ഞത്?'' ലോർണ ചോദിച്ചു.

''നിങ്ങളുടെ പങ്കാളി സംസാരിച്ചു തുടങ്ങിയപ്പോൾ ആദ്യത്തെ വാക്കുകൾ നിങ്ങളെക്കുറിച്ചായിരുന്നു. അയാൾ പറഞ്ഞു അയാൾക്ക് നിങ്ങളെ ഒത്തിരി ഇഷ്ടമായിരുന്നു എന്ന്. അയാളെ വിട്ടുപോകരുത് എന്നായിരുന്നു അയാളുടെ വാക്കുകൾ...''

ഒമ്പത്

ടൂറിൻ വിമാനത്താവളത്തിൽ ഇറങ്ങിയ സ്വകാര്യ ജെറ്റ് ഒരു ബോംബ് ഭീഷണി വന്നതിനാൽ അവിടെത്തന്നെ നിർത്തേണ്ടി വന്നു. സ്പാലിൻ ആശുപത്രിയിലെ ന്യൂറോളജിസ്റ്റ്, ഡോ. മിറാമി തന്റെ ആംബുലൻസിൽ അസ്വസ്ഥതയോടെ ഇരുന്നു.

''എന്നുമുള്ള ഇത്തരം ഭീഷണികൾ സമൂഹത്തെ നശിപ്പിക്കും.'' കൂടെയുണ്ടായിരുന്ന നഴ്സുമാരോട് അയാൾ പറഞ്ഞു. ''എത്ര സമയം നഷ്ടപ്പെടുന്നു എന്ന് കണക്കുകൂട്ടി നോക്കൂ, ഇറ്റലിയിൽ മാത്രമല്ല - ലോകത്തെല്ലായിടത്തും. വിമാനത്താവളത്തിൽ, തീവണ്ടി സ്റ്റേഷനിൽ, കമ്പനികളിൽ. നഷ്ടം കോടിക്കണക്കിനു യൂറോ വരും.''

രണ്ടുമണിക്കൂറോളം വൈകി, വൈകുന്നേരമായപ്പോൾ ആംബുലൻസ് ആശുപത്രിയിലേക്ക് പ്രവേശിച്ചു. മോറിസ് അലൻ വെബേഴ്സണിന്റെ വലംകൈയ്യായിരുന്നു ജനീവയിൽ നിന്ന് വന്ന ഡോക്ടർ സെർവിൽ. അയാളെയാണ് എല്ലാ കാര്യങ്ങളും നോക്കി നടത്തുവാൻ ഏല്പിച്ചിരുന്നത്. അയാൾ ന്യൂറോസർജറി വിഭാഗത്തിന്റെ മുന്നിൽ അക്ഷമനായി നടന്നു. ചെറിയ ഒരു കുഴപ്പം മതി തന്റെ ജോലി പോകാൻ. ആശ്വാസത്തിന്റെ ദീർഘനിശ്വാസത്തോടെയാണ് അയാൾ ഡോ. മിറാമിയെ സ്വാഗതം ചെയ്തത്. ഡോ. മിറാമി ആംബുലൻസിൽ നിന്നും ചാടി ഇറങ്ങുമ്പോൾ സമയം സന്ധ്യയായിരുന്നു. രണ്ടുപേരും സ്ട്രെച്ചറിനെ അനുഗമിച്ച് അവയവമാറ്റവിഭാഗത്തിലെ ഏഴാം നമ്പർ മുറിയിലേക്ക് പോയി. കിടന്ന ഉടനെ രോഗിക്ക് വീര്യം കൂടിയ വേദനാസംഹാരി നൽകി. രണ്ടു ഡോക്ടർമാരും മുറിയുടെ പുറത്തേക്ക് നടന്നു.

''നമ്മുടെ ദൗത്യം പൂർത്തിയായി.'' ഡോ. മിറാമി പറഞ്ഞു.

ശരിതന്നെ എന്നു പറഞ്ഞ് ഡോക്ടർ സെർവിൽ ജനീവയിലുള്ള കടുപ്പക്കാരനായ തന്റെ യജമാനനെ എല്ലാ വിവരങ്ങളും അറിയിക്കുക എന്ന ജോലിയിലേക്ക് കടന്നു.

അടുത്ത ദിവസം രാവിലെ സെഡ്രിക് കണ്ണ് തുറന്നു. ഉയരെയുള്ള ജനലിന്റെ ചെറിയ ചതുരത്തിലൂടെ കാണാവുന്ന നീലാകാശത്തേക്കു നോക്കി. പണ്ടെങ്ങോ കണ്ടു മറന്ന ആകാശം. അയാൾക്കു തന്റെ ശരീരഭാഗങ്ങളുടെ ഭാരം അനുഭവപ്പെട്ടു തുടങ്ങി. പതുപതുത്ത മണ്ണിലേക്ക് ആണ്ടിറങ്ങുന്നപോലെ.

പെട്ടെന്നാണ് രണ്ടു സുന്ദരി നഴ്സുമാർ ആ മുറിയിലേക്ക് കയറി വന്നത്. ഒരാൾ ഒരു മരുന്നുട്രോളി ഉന്തിയാണ് വന്നത്. മറ്റെയാൾ വന്നപാടേ അയാളുടെ നഗ്നമായ ശരീരത്തിലുണ്ടായിരുന്ന പുതപ്പ് മാറ്റി.

''സുപ്രഭാതം സർ. താങ്കളുടെ പ്രഭാതപരിചരണം തുടങ്ങുകയായി.''

അവർ അയാളെ വളരെ ശാന്തമായി വൃത്തിയാക്കുവാൻ തുടങ്ങി. അവരുടെ വളരെ നനുത്ത കൈകൾ അയാളുടെ ശരീരത്തിൽ ഉടനീളം തെന്നി നടന്നു. അവർ അയാളെ ഏതോ ഒരു ജീവിതത്തിന്റെയും മരണത്തിന്റെയും ഇടയിൽപ്പെട്ടുനിൽക്കുന്ന ഒരു ജീവിയെപ്പോലെ കണ്ടു. അബോധാവസ്ഥയിലായിരുന്ന സമയത്തൊന്നും ഈ ദുരവസ്ഥ അയാൾ അറിഞ്ഞിരുന്നില്ല. ഈ ഒരു നാണക്കേട് ഒഴിവാക്കാനായി അയാൾക്ക് ഉറങ്ങുന്നപോലെ അഭിനയിക്കാമായിരുന്നു. പക്ഷേ തന്റെ മുന്നിൽ നൃത്തമാടുന്ന സുന്ദരികളായ സ്ത്രീകളിൽ നിന്ന് കണ്ണെടുക്കാനായില്ല.

ഒരു വിരൽ ചലിപ്പിക്കാനോ അവയവങ്ങളെ നിയന്ത്രിക്കുവാനോ കഴിയാതെ പൂർണ അംഗവൈകല്യമുള്ള അയാളുടെ അവസ്ഥയിൽ അയാൾ അവരുടെ വൃത്തിയാക്കലുകൾക്ക് അടിമപ്പെട്ട് കിടന്നു. ഭാരമേറിയ ഒരു തല. അത് തന്റെ മുൻജീവിതത്തിലെ ഓർമ്മകളെ ഇപ്പോഴും പൂർണ്ണമായി സൂക്ഷിക്കുന്നു. കൈകളും കാലുകളും അനക്കാൻ കഴിയുന്നില്ല. അയാളുടെ നാവ് മാത്രമേ ചലിക്കുന്നുള്ളൂ. അയാളുടെ ഭക്ഷണട്യൂബ് ശരിയാക്കിവെച്ച് ആ നഴ്സുമാർ അവിടെ നിന്നു പോയി. ഈതറിന്റെയും സോപ്പിന്റെയും ഗന്ധം മാത്രം ബാക്കിയായി.

ഇങ്ങനെ ബന്ധനസ്ഥനായി കിടന്നിട്ട് എന്താവാനാണ്? അയാളെ ഇങ്ങോട്ട് മാറ്റിയതിന്റെ കാരണം അയാളോട് വിവരിക്കണമെന്ന് ആർക്കും തോന്നിയിരുന്നില്ല. വിചിത്രമായ ശബ്ദങ്ങൾ പുറപ്പെടുവിക്കുവാനേ അയാൾക്ക് സാധിച്ചിരുന്നുള്ളൂ. ആ ഒരവസ്ഥയിൽ

അയാളുടെ സമ്മതം വാങ്ങുന്നതിനു ഇത്തിരി പ്രയാസമായിരുന്നു. തലേദിവസം അയാൾക്ക് കൂടിയ അളവിൽ സെഡേഷൻ നൽകിയിരുന്നു. നല്ല മയക്കത്തിലായിരുന്നു അയാൾ. ആ ഉറക്കത്തിലാണ് ഇങ്ങോട്ട് മാറ്റിയത്. ഇവിടെ ആകാശത്തിന്റെ നിറം വ്യത്യസ്തമാണ്. ഇനിയെന്ത് എന്ന് അയാൾ കാത്തിരിക്കുകയാണ്. അയാളെക്കൊണ്ട് ലോകത്തിനു യാതൊരു ഉപയോഗവും ഇല്ല. അയാൾ നിരാശയിൽ മുങ്ങി. ഈ സ്ഥിതിയിൽ കാലങ്ങളോളം കിടക്കേണ്ടി വരുമോ? അയാൾക്കു മരിക്കാനായിരുന്ന ഇഷ്ടം. ഒരുറക്കത്തിലേക്ക് വഴുതി വീഴുംപോലെ. തന്റെ ഉള്ളിൽ പ്രവർത്തിച്ചുകൊണ്ടിരിക്കുന്ന ഹൃദയത്തിനെ മനശ്ശക്തികൊണ്ട് നിർത്താൻ തനിക്കാവുമോ?

ജനാലയിൽ കൂടി ഒഴുകി വന്ന ഒരു പക്ഷിയുടെ പാട്ടിൽ അയാൾ ആകൃഷ്ടനായി. തനിക്ക് കാണാവുന്ന ഒരു ബീച്ച്മരത്തിന്റെ ശാഖയിൽ നിന്നാണ് ആ പാട്ട് വരുന്നത്. ഇടയ്ക്കിടയ്ക്ക് മുറിഞ്ഞുകൊണ്ടിരുന്ന ആ ഗാനം തുടർന്നുകൊണ്ടേയിരുന്നു. ആ കൊച്ചുജീവി അതിന്റെ ആഗ്രഹങ്ങളാണോ ചുറ്റുപാടുകളോട് പറഞ്ഞിരുന്നത്. ശബ്ദവീചികളുടെ ഈ പ്രസരിപ്പിക്കുന്ന സ്പന്ദനം ഏതോ പ്രപഞ്ച നിഗൂഢതകളുടെ അടിത്തട്ടിൽ നിന്നാണ് വരുന്നതെന്ന് സെഡറിക്കിന് തോന്നി. കരയാതിരിക്കുവാനായി അയാൾ കണ്ണുകളടച്ചു.

അയാൾക്കു ലോർണയെ നഷ്ടപ്പെട്ടിരിക്കുന്നു. അയാളുടെ കൈകൾക്ക് ഇനി അവളെ ചുറ്റിപ്പിടിക്കുവാൻ സാധിക്കില്ല. ഒരു ചില്ലുമതിൽ അവരുടെ ഇടയിൽ വന്നപോലെ. അവർക്കു രണ്ടുപേർക്കും പരസ്പരം തഴുകി ഓമനിക്കാൻ സാദ്ധ്യമല്ലാതായിരിക്കുന്നു. അവൾക്കും മടുക്കും. ശാരീരിക അടുപ്പം ഇല്ലാതെ സ്നേഹം നിലനിൽക്കില്ല. അവളെ ഇവിടെവച്ച് കണ്ടതായി അയാൾക്ക് ഓർമ്മ വന്നില്ല. ഈ ഒരു അപകടം ഉണ്ടാവുന്നതിനു മുന്നേ അവൾ തന്നെ ഉപേക്ഷിക്കുമെന്ന് പറഞ്ഞിരുന്നല്ലോ. ഭയവും വെറുപ്പും അവളെ തന്നിൽനിന്ന് വേഗം അകറ്റും. അംഗവൈകല്യമുള്ള ഒരാളിൽനിന്നും എന്താണ് ഒരു യുവതിക്ക് പ്രതീക്ഷിക്കാനുള്ളത്. ഇത് തന്റെ അവസാനമാണ്. ഈ ഒരു ജീവന്റെ നൂൽ അയാൾക്കു പല്ലുകൊണ്ട് മുറിച്ചു കളയുവാൻ തോന്നി. എന്നിട്ട് മരണത്തിലേക്കുള്ള സ്വതന്ത്രമായ വഴി സ്വീകരിക്കണം. 'അപ്രത്യക്ഷനാവുക'. ഈ വാക്കിനൊരു മാധുര്യമുണ്ടായിരുന്നു. മുറിച്ച ഞെരമ്പിൽ നിന്ന് വീഴുന്ന അവസാനത്തെ രക്തത്തുള്ളി പോലെ. പക്ഷേ ആര് സഹായിക്കും. അയാൾക്കു ഒരു ദിവസമോ ഒരു രാത്രിയോ കൂടുതൽ ജീവിക്കണമെന്നില്ല. ഈ നരകയാതനയിൽ നിന്ന്, ഈ മനുഷ്യ ശരീരമായ ശവകുടിരത്തിൽ നിന്ന് ആരാണ് അയാളെ മോചിപ്പിക്കുക?

കുറെ കാൽപാദങ്ങളുടെ ശബ്ദവും സംസാരങ്ങളും വരാന്തയിൽ നിന്നും പകുതി തുറന്ന വാതിലിൽ കൂടി കേൾക്കാം. കുറെ

വെള്ളയുടുപ്പണിഞ്ഞവർ. കൈകാലുകൾ തളർന്നു കിടന്ന അയാളുടെ അടുക്കലെത്തി. നരച്ച മുടിയുള്ള ഡോക്ടർ കട്ടിലിന്റെ കാലിന്റെ അവിടെ നിന്നു. അയാളുടെ ചുറ്റും അയാളുടെ വാക്കുകൾ കാത്തു ഒരു കൂട്ടം സർജന്മാരും അനസ്തേഷ്യസ്റ്റുകളും ഒരു ക്ലാസ്സ് ഫോട്ടോയ്ക്ക് നിൽക്കുന്നപോലെ നിരന്നു നിന്നു. തിളങ്ങുന്ന ചർമ്മമുള്ള സുന്ദരിയായ ഒരു യുവതി ചുണ്ടുകൾ കൂട്ടിപ്പിടിച്ചുകൊണ്ട് ലാപ്ടോപ്പിൽ ടൈപ്പ് ചെയ്തുകൊണ്ടിരുന്നു. ഡോ. മിറാമി ചിരിച്ചുകൊണ്ട് ജോർജിയോ കനാവേരോ പറഞ്ഞതെല്ലാം സമ്മതിച്ചു.

''പറഞ്ഞ സമയത്തു നമ്മൾ രോഗിയെ തയ്യാറാക്കും. എനിക്കു തോന്നുന്നു മറ്റന്നാൾ ആകുമായിരിക്കും.'' മുഖ്യഡോക്ടർ പറഞ്ഞു. ''നൂറു സ്പെഷ്യലിസ്റ്റ് ചേരുന്ന ഒരു ദൗത്യം നിർവഹിക്കാൻ അത്ര എളുപ്പമല്ല. വളരെ ചിലവുള്ളതുമാണ് ഈ സംരംഭം.'' ഡോക്ടർ സെർവിൽ കൂട്ടിച്ചേർത്തു. ചലിക്കുന്ന കണ്ണുകളുമായി സെഡറിക് വീണ്ടും ഓർത്തു, തന്നെ ഒരു പരീക്ഷണവസ്തു മാത്രമായിട്ടാണ് അവർ കാണുന്നത്. ഒരു മനുഷ്യൻ ആണെന്ന പരിഗണന തീരെയില്ല.

അയാൾക്ക് ഇറ്റാലിയൻ അറിയാമായിരുന്നെങ്കിലും മരുന്നിന്റെ കാഠിന്യംകൊണ്ട് അയാൾക്കു പ്രത്യേകിച്ചൊന്നും മനസ്സിലാവുന്നില്ലായിരുന്നു. ഇത്രയധികം വെള്ളക്കോട്ടിട്ട ഡോക്ടർമാർ എന്തിനാണ്? അതിൽ വിദ്യാർത്ഥികൾ ഇല്ലായിരുന്നു. പ്രൊഫഷണൽസ് മാത്രമായിരുന്നു. കനാവേരോ എല്ലാവരെയും അഭിസംബോധന ചെയ്തു.

''നമ്മൾ പാലിക്കേണ്ട നടപടികളിൽ സങ്കീർണ്ണതയൊന്നുമില്ല.'' അയാൾ പറഞ്ഞു. ''ധാർമിക ചോദ്യങ്ങളെപ്പറ്റിയും ചിന്തിച്ചുകഴിഞ്ഞു. ശരിയാണ്, കുറെ കർശനമായ നിയമങ്ങൾ പാലിക്കപ്പെടുവാനുണ്ട്. പക്ഷേ എനിക്കുറപ്പുണ്ട് അതെല്ലാം ഭാവിയിൽ ഉരുത്തിരിഞ്ഞുവരുമെന്ന്. ഇതിന്റെ സാങ്കേതിക വശം നോക്കുകയാണെങ്കിൽ നമ്മുടെ ഫ്രഞ്ച് സഹപ്രവർത്തകർ എന്ത് ചിന്തിച്ചാലും നമ്മൾ അതെല്ലാം തരണം ചെയ്തു കഴിഞ്ഞു.'' വൃദ്ധനായ ഒരു ഡോക്ടർ ഇംഗ്ലീഷിൽ എന്തോ പറയാൻ ശ്രമിച്ചു. അതയാളിൽ വിമുഖതയുളവാക്കി. അതിനു കാരണം തന്റെ രോഗി പറയുന്നതെല്ലാം മനസ്സിലാക്കിയപോലെ ഒന്നു ഞരങ്ങിയതുകൊണ്ടാണോ ആവോ?

''നമുക്ക് വരുന്നിടത്തുവെച്ച് സംശയങ്ങളെല്ലാം തീർക്കാം സുഹൃത്തേ.'' ജോർജിയോ കടാവേരോ പറഞ്ഞു. ''മിസ്റ്റർ സെഡറിക് അലൻ വേബേഴ്സൺ തന്റെ സമ്മതം പുതുക്കേണ്ടിവരും. നമ്മൾ എല്ലാ നിയമവശവും നോക്കിയിട്ടാണ് ഇതെല്ലാം ചെയ്യുന്നത്.''

പത്ത്

ഇരുപത്തിനാല് മണിക്കൂറിനുള്ളിൽ താൻ ഒരു തീരുമാനത്തിലെത്തുമെന്ന് ലോർണ നിശ്ചയിച്ചിരുന്നു. അവൾ പല വഴികളുള്ള ഈ നഗരത്തിൽ ഈ ഒരു രാത്രി കൂടി ചിലവിടും. ആ സമയത്തെ അവസ്ഥ അനുസരിച്ചു അവൾ ടൂറിനിലേക്കുള്ള ട്രെയിൻ കയറുമായിരിക്കും അല്ലെങ്കിൽ എമിലിയോയുടെ ക്ഷണം സ്വീകരിച്ച് അവിടെ നിൽക്കുമായിരിക്കും. കൊട്ടാരങ്ങളുടെ ഉദ്യാനങ്ങളും നീലനിറത്തിലുള്ള ഇടവഴികളും സന്ധ്യാസമയത്തുള്ള സ്വർണച്ചായം അണിഞ്ഞ അവശിഷ്ടങ്ങളും കൂടിയ റോം. നവോന പിയസ മുതൽ സെയ്ന്റ് പ്രിസെഡ് ബെസിലിക്ക വരെ അല്ലെങ്കിൽ കാരക്കല്ലിലെ സ്നാനപ്പുരകൾ മുതൽ ടോർത്യു ഫോണ്ടെന്റ്‌വരെ അവൾ അലഞ്ഞുതിരിഞ്ഞു. ആശുപത്രിയിൽ തകർന്നു കിടക്കുന്ന ആ ശരീരം തനിക്കെത്ര സുപരിചിതമായിരുന്നു എന്നവൾ ഓർത്തു. ആ ചതഞ്ഞരഞ്ഞ ശരീരത്തിന്റെ ചിത്രത്തിന് മുകളിൽ തന്റെ കാമുകന്റെ മുഖം അരണ്ട വെളിച്ചത്തിൽ എന്നപോലെ അവളുടെ മനസ്സിൽ നിറഞ്ഞു.

സെഡറിക്കിന്റെ തകർന്ന അവസ്ഥയിലുള്ള ശരീരം ഓർമ്മയിൽ വരുമ്പോഴെല്ലാം അവൾ തീവ്രമായ വേദന അനുഭവിക്കുകയും വീഴാൻ പോകുകയും ചെയ്തു. സൂര്യാസ്തമയമായപ്പോൾ നടന്നു തളർന്ന അവൾ വീഴാതിരിക്കാൻ അടുത്തു കണ്ട ഒരു ശില്പത്തിന്റെ പീഠത്തിൽ ചാരി നിന്നു.

രാത്രിയിൽ തന്റെ ആതിഥേയന്റെ വീട്ടിൽ എത്തിയ അവൾ പൂർണ്ണമനസ്സോടെ അയാൾക്ക് കീഴടങ്ങി, നഗ്നയായി, തലേന്നത്തെ പോലെ, തന്റെ പ്രയാസങ്ങൾ എല്ലാം മറക്കാനും സുഖമായി ഒന്നുറങ്ങാനും. ഒരു മുൻവിധിയുമില്ലാതെ തന്റെ ഉള്ളിലേക്ക് അയാൾ പ്രവേശിച്ചപ്പോൾ അവൾ അതിൽ ആശ്വസിച്ചു.

കാമാവേശം തീർന്നപ്പോൾ അയാൾ പിൻവലിഞ്ഞു തന്റെ കൈ അവളുടെ ശരീരത്തിൽ വെച്ച് മലർന്നു കിടന്നു ഒരു കാലുകൊണ്ടും മറ്റേ കൈകൊണ്ടും അവൾ പുതപ്പു തപ്പി. അപരിചിതനായ പുരുഷന്റെ ബീജവും തണുത്ത വിയർപ്പും അവളിൽ വെറുപ്പ് നിറച്ചു. അവൾ വിറച്ചു. അവൾക്കു കാമത്തിനും മോഹത്തിനും കീഴടങ്ങുവാൻ എപ്പോഴും ഒരു പരിമിതിയുണ്ടായിരുന്നു.

''നീ എന്താ ഇവിടെത്തന്നെയല്ലേ ലോർണ?'' എമിലിയോ അവളുടെ നിശ്ശബ്ദത കണ്ടു ചോദിച്ചു.

''എനിക്ക് ചൂടെടുക്കുന്നു. ഒരു സിഗരറ്റ് തരൂ.''

അയാൾ ആഷ്ട്രയും ലൈറ്ററും സിഗരറ്റ് പാക്കറ്റും എടുത്തു കൊടുത്തു. അയാൾ നൈറ്റ് ലാമ്പിന്റെ അടുക്കലേക്കു കൈ

നീട്ടിയപ്പോൾ വിയർപ്പിൽ തിളങ്ങുന്ന പുറത്തെ മസിലുകൾ കാണാമായിരുന്നു.

''നിനക്ക് കുറച്ചു ദിവസംകൂടി ഇവിടെ നിന്നൂടെ?''

ലോർണ തന്റെ തോളുകൾ പില്ലോയിൽ ചാരിക്കൊണ്ട് ഒരു പുകച്ചുരുൾ പുറത്തേക്കു വിട്ടു.

''ഓപ്പറേഷൻ തിങ്കളാഴ്ചയാണ്. എനിക്കയാളെ ഒന്നുകൂടി കാണണം. ചിലപ്പോൾ അവസാനത്തേതായിരിക്കും.'' എമിലിയോ പാൻസി പെട്ടെന്നവളെ നോക്കി. ശബ്ദം ഇടറിയിരുന്നെങ്കിലും വലിയ ഉൽക്കണ്ഠ ഒന്നും അവളുടെ ശബ്ദത്തിൽ കണ്ടിരുന്നില്ല.

''നിങ്ങൾ ഒരു സർജൻ അല്ലേ. അയാൾ രക്ഷപ്പെടുമെന്ന് തോന്നുന്നുണ്ടോ?''

''ഡോ. കനാവേരോയ്ക്കും ടീമിനും വലിയ ശുഭാപ്തി വിശ്വാസമുണ്ട്. പക്ഷേ എന്തും സംഭവിക്കാം.''

''സത്യസന്ധമായി പറയൂ, വല്ല രക്ഷയുമുണ്ടോ?''

''എനിക്കെങ്ങനെയറിയാം. ആരും ഇതുപോലെ ഒരു ഭ്രാന്തൻ പണി ഇന്നേവരെ ചെയ്തിട്ടില്ല.''

''അയാൾ രക്ഷപ്പെടുമെന്ന് എത്ര ഉറപ്പുണ്ട്.'' അവൾ വീണ്ടും ഗൗരവത്തോടെ ചോദിച്ചു.

''എനിക്ക് തോന്നുന്നത് ഒരു സാധ്യതയും ഇല്ല എന്നാണ്. സത്യം പറയട്ടെ, എനിക്ക് ഒരു നിമിഷം പോലും തോന്നിയിട്ടില്ല അവർക്കു നട്ടെല്ല് തലയുമായി കൂട്ടിച്ചേർക്കാൻ സാധിക്കുമെന്ന്. പ്രൊഫ. വൈറ്റിന്റെ കുരങ്ങുകൾ ഇരുപത്തിനാല് മണിക്കൂർ പോലും ജീവിച്ചിരുന്നിട്ടില്ല. ആ പരീക്ഷണത്തിന്റെ അടിസ്ഥാനത്തിലാണല്ലോ ഇതെല്ലാം.''

''അത് അരനൂറ്റാണ്ടുമുമ്പാണ്.'' ലോർണ പറഞ്ഞു.

എമിലിയോ അവരുടെ നഗ്നശരീരങ്ങൾക്കിടയിലിരുന്ന ആഷ്ട്രെയിൽ സിഗരറ്റ് കുത്തിക്കെടുത്തി.

''ശരിയാണ്. ശാസ്ത്രം പുരോഗമിക്കുന്നു. നമുക്കു സ്റ്റെം സെല്ലുകൾ ഉപയോഗിച്ച് അവയവങ്ങൾ പുനർനിർമിച്ച് എടുക്കാൻ ഇപ്പോൾ പറ്റുന്നുണ്ട്. പോളീമർ മിശ്രിതം ഉപയോഗിച്ച് നെർവ് സെല്ലുകൾ ഒരുമിപ്പിക്കാൻ സാധിക്കും. പക്ഷേ നമ്മൾ വസ്തുതകൾ നോക്കണം. ഈ രാസവസ്തുക്കൾ നമ്മുടെ നെർവ് സെല്ലുകൾ കൂട്ടിയോജിപ്പിച്ചേക്കാം പക്ഷേ എങ്ങനെ ആയിരത്തിൽ അധികം ഫൈബർകളെ യോജിപ്പിക്കും. അവയ്ക്ക് ഓരോന്നിനും അതിന്റേതായ ദൗത്യം ഉണ്ട്, അതും ഒരു തലച്ചോർ മരണം സംഭവിച്ചയാളിൽ?

നിനക്കാലോചിക്കാനാവുമോ നൂറിൽ പരം സർജന്മാർ ഒരേസമയം പ്രവർത്തിച്ചാലേ ഈ ഒരു ദൗത്യം നിർവഹിക്കാൻ ആകൂ എന്ന്. അതും ഒരു പിഴവും കൂടാതെ. റേഡിയേഷന്റെ പാർശ്വഫലവും ഇമ്യൂണോ സപ്രഷൻ കൊണ്ടുണ്ടാകാവുന്ന പ്രശ്നങ്ങളും മാനസിക മായി പുതിയ അവയവം പുറംതള്ളപ്പെടുന്നതും എല്ലാം ഇതിനു പുറമെയാണ്.''

''അവർ വിജയിക്കും. സെഡറിക്കിന്റെ അച്ഛൻ പണം കൊടു ത്തിട്ടുള്ളത് അവർ വിജയിക്കാനാണ്.''

''തന്റെ സെഡറിക് ഒരു ധനവാനായ പരീക്ഷണവസ്തുവാണ്. അയാളുടെ തലയ്ക്കു പന്ത്രണ്ട് ദശലക്ഷം യൂറോയുടെ വിലയുണ്ട്. ഫാർമ മുതലാളിക്ക് ഇത് നിസ്സാരതുകയാണ്. പക്ഷേ എന്തൊക്കെ യായാലും അയാൾ അവയവദാന ചരിത്രത്തിന്റെ ഏടുകളിൽ ഇടം പിടിക്കും.''

ലോർണ അസ്വസ്ഥതയോടെ സിഗരറ്റ് കുത്തിക്കെടുത്തി. അവ ളുടെ കണ്ണുകൾ ജനാലയിലൂടെ ഇരുട്ടിലേക്കു നീണ്ടു. ഒരു തെറ്റായ വാക്ക് മതി നാളെ ഇല്ലാതാകുവാൻ. അതിരാവിലെ ടുറീനിലേക്കുള്ള ട്രെയിൻ കയറണം. പുതപ്പു കഴുത്തിലേക്ക് വലിച്ചു അവൾ സ്വയം പറഞ്ഞു. ''ആരെയും ശരീരത്താൽ വഞ്ചിക്കരുത്. അത് വെറുപ്പോടെ യുള്ള അകൽച്ചയിലേക്ക് മാത്രമേ നയിക്കുകയേയുള്ളൂ.

പതിനൊന്ന്

ഒരു കോടതി ഉദ്യോഗസ്ഥന്റെ മുന്നിൽ വെച്ചാണ്, ഒരു മനോവിദ ഗ്ധൻ രോഗിയെ പരിശോധിച്ചിരുന്നത്. രോഗിയോട് ഡോക്ടർ പറഞ്ഞു മനസ്സിലാക്കിയശേഷം ഓപ്പറേഷന് സമ്മതമാണോ അല്ലയോ എന്ന് ചോദിച്ചത്. അതിനു മുമ്പ് ഒരിക്കലും രക്ഷപ്പെടില്ല എന്നുറപ്പിച്ച അയാൾ ഒരു നിമിഷം പോലും ഇതിന്റെ ഭവിഷ്യത്തിനെക്കുറിച്ചു ആലോചിച്ചില്ല. എന്തുതന്നെ സംഭവിച്ചാലും അത് ഈ ശരീരത്തിന്റെ തടങ്കലിൽ നിന്ന് എന്തെങ്കിലുമൊരു മോചനം നൽകും. ഒരത്ഭുതം കൊണ്ട് ശസ്ത്രക്രിയ വിജയിച്ചാൽ തനിക്ക് അല്പം ശാരീരിക സ്വാതന്ത്ര്യം ലഭിച്ചിരുന്നെങ്കിൽ തനിക്കു തന്റെ വിധി എങ്കിലും നിശ്ച യിക്കാൻ പറ്റിയേനേ.

എല്ലാവരും പോയിക്കഴിഞ്ഞപ്പോൾ അയാൾക്കു മനസ്സിന്റെ ഉള്ളി ന്നുള്ളിൽ വലിയ ആശ്വാസം തോന്നി. എല്ലാം വളരെ വേഗം തീരും. തകർന്ന ഈ ശരീരം തലയില്ലാതെ തൂങ്ങിക്കിടക്കും. ജീവിതത്തിന്റെ

നിരർത്ഥകതയെക്കുറിച്ച ഡി എച്ച് ലോറൻസ് പ്രതിപാദിച്ചിട്ടുണ്ട്. ''പ്രപഞ്ചത്തിന്റെ അനന്തമായ ശൂന്യത.'' എല്ലാവരാലും ഉപേക്ഷിക്കപ്പെട്ട ഒരു കുഴിയിൽ അയാൾ കുറെ നാളായി മുങ്ങിക്കിടക്കുന്നു. അടുത്തു വന്നുകൊണ്ടിരുന്ന ശൂന്യതയെക്കുറിച്ച് അയാൾ ബോധവാനായി. തന്റെ ദൃഷ്ടി ഒട്ടും മാറ്റാതെ അയാൾ സൂര്യകിരണത്തിൽ നൃത്തം ചെയ്യുന്ന പൊടികൾ തന്റെ കട്ടിലിന്റെ പുതപ്പിൽ വെച്ചിരിക്കുന്ന തന്റെ വലത്തേ കൈയിൽ തൊട്ടുരുമ്മുന്നത് കണ്ടു. പ്രധാന ചടങ്ങ് നാളെ അല്ലെങ്കിൽ മറ്റന്നാൾ നടക്കും. അയാളുടെ തല മുറിക്കപ്പെടാൻ പോവുകയാണ്. ആ ചിന്ത അയാളെ കോരിത്തരിപ്പിച്ചു. സെഡറിക് ഇതിനെപ്പറ്റി ആലോചിച്ചു കിടന്ന് ഉറങ്ങി. പെട്ടെന്നു തന്നെ ഒരു സ്വപ്നത്തിൽ മുങ്ങിത്താഴ്ന്നു.

എന്തിനാണ് തന്റെ മുഖത്ത് മെഴുകുതിരിയുടെ മെഴുകുരുകി വീഴുന്നത്. അയാളെ ഒരു കറുത്ത ബോർഡിൽ കിടത്തിയിരിക്കുന്നു. ആ ബോർഡ് രണ്ടു മെഴുകുതിരിയാൽ പ്രകാശിക്കപ്പെട്ട ഒരു ഒരു വലിയ പിയാനോ പോലെയിരുന്നു. തന്റെ ശരീരത്തിൽ എവിടെയാണ് തന്റെ മനസ്സ് എന്നറിയാനുള്ള ആശങ്ക അയാളിൽ ഒരു കരച്ചിലായി ഉയർന്നു. അത് തോളിനു മുകളിൽ തുറന്നു കിടന്ന ശ്വാസനാളത്തിൽ നിന്നോ അതോ ഒന്നിനോടും ബന്ധമില്ലാതെ നിന്ന തൊണ്ടയിൽ നിന്നോ? കുറച്ചകലെ നിന്നും ഒരു സ്ത്രീയുടെ ശബ്ദം കേട്ടപോലെ തോന്നി. അയാൾ കണ്ണ് തുറന്നപ്പോൾ, തന്നോട് ചേർന്നിരിക്കുന്ന ലോർണയുടെ മുഖം തിരിച്ചറിഞ്ഞു.

''നിങ്ങൾ ഉറങ്ങുകയാണോ?'' അവൾ ചോദിക്കുന്നതിനിടയിൽ ചുട്ടുപൊള്ളുന്ന ഒരു കണ്ണുനീർതുള്ളി അയാളുടെ ചുണ്ടിൽ വീണു.

''വന്നതിൽ സന്തോഷം.'' ശ്വാസത്തിന്റെ ശബ്ദം പോലെ നേർത്തതായിരുന്നു അയാളുടെ ശബ്ദം. ''അത് നാളെയാണെന്നു തോന്നുന്നു.''

''മറ്റന്നാളാണ്. ഞാൻ ഡോ. കടാവേരോയുടെ അസിസ്റ്റന്റിനെ കണ്ടിരുന്നു.''

''എന്നോടവർ ബോധവൽക്കരണത്തെപ്പറ്റിയും ചിലവിനെപ്പറ്റിയും മാനസിക പിന്തുണയെപ്പറ്റിയും സംസാരിച്ചിരുന്നു.''

''അതെ. എല്ലാം തയ്യാറാക്കിയിട്ടുണ്ട്. ഓപ്പറേഷനുശേഷം കുറച്ചു സമയവും ഇച്ഛാശക്തിയും വേണമെന്നു മാത്രം.''

സെഡറിക്കിനു തന്റെ കൈകൾ ഉയർത്തി തന്റെ പെണ്ണിന്റെ മുടിയിലും ജീവനുള്ള തുടുത്ത കവിളുകളിലും സ്പർശിക്കണം എന്നുണ്ടായിരുന്നു. പേരിനും പ്രശസ്തിക്കും വേണ്ടിയുള്ള ഈ ഒരു കൂട്ടം സർജന്മാരുടെ ദൗത്യം വിജയിക്കുമെന്ന് അവൾക്ക് വിശ്വാസം ഉണ്ടായിരിക്കുമോ.

''എനിക്കുറപ്പുണ്ട്.'' അയാളുടെ മനസ്സ് വായിച്ചറിഞ്ഞപോലെ ലോർണ പറഞ്ഞു. ''നിനക്ക് ചലനശേഷിയും ജീവിതത്തിലെ എല്ലാ സന്തോഷവും ജോലി ചെയ്യുവാനുള്ള കഴിവും തിരിച്ചു കിട്ടും.''

അവളുടെ മൃദുലമായ നോട്ടത്തിന് മുന്നിൽ അയാൾക്കു തോന്നി ഒരൊറ്റ കാര്യത്തിന് മാത്രമേ അയാളെ അതിജീവനത്തിന് പ്രേരിപ്പിക്കുവാൻ കഴിയൂ എന്ന്. നിർഭാഗ്യവശാൾ അതു തന്നെ വിട്ടകന്ന് പോകുകയാണ്. അയാൾക്കെങ്ങനെ തന്നിലേക്കു ചേരുവാൻ കഴിയും? തന്നെ തന്നോടുതന്നെ ബന്ധിപ്പിച്ച ആ സ്നേഹത്തിന്റെ ഉടമയുടെ മുഖമില്ലാതെ.

ഇത്രയും നാൾ ഒരു പരിമിതിയുമില്ലാതെ തനിക്കു സമർപ്പിച്ച്, ശക്തമായ രീതിയിൽ ഈ ഒരു യുവതി കൂടെ ഉണ്ടായിരുന്നു. ആ ഒരു ചിന്ത അനക്കാനാവാത്ത തന്റെ ശരീരത്തിൽ കാമാഭിലാഷം ഉണർത്തി.

''ഇതൊരിക്കലും പരാജയപ്പെടില്ല.'' ലോർണ തറപ്പിച്ചു പറഞ്ഞു.

''ശാസ്ത്രത്തിന്റെ അഭിമാനപ്രശ്നവുമുണ്ടല്ലോ.''

''പിന്നെ പണവും.'' സെഡറിക് കൂട്ടിച്ചേർത്തു. ''നീയാണോ എന്റച്ഛനോട് അപകടത്തെപ്പറ്റി പറഞ്ഞത്? നീയെങ്ങനെ കണ്ടുപിടിച്ചു?''

''നിങ്ങൾ ശരിക്കും ആരാണെന്നതോ? നിങ്ങളുടെ ഒരു പഴയ പാസ്പോർട്ട്, അതൊരു പെട്ടിയുടെ കീശയിൽ മറന്നുകിടപ്പുണ്ടായിരുന്നു.''

''നീ നെറ്റ് തപ്പിനോക്കി. എന്റെ ഒരു ക്ലാസ്സ് ഫോട്ടോയിൽ നീ സെഡറിക് അലൻ വെബേഴ്സൺ എന്ന ആ പേര് കണ്ടു അല്ലേ?''

''അതെ എങ്കിലും അല്ല. അപരിചിതനായ ഒരു സർഫർ ഈ ദൗത്യം ഏറ്റെടുത്തിരുന്നു. എന്തിനെന്നറിയില്ല. അതിനു വലിയ പ്രാധാന്യം ഒന്നുമില്ല. ഞാൻ ആകെ തകർന്നുപോയി. നമ്മുടെ ജീവിതം കുറെ നുണകളുടെ മുകളിൽ പടുത്തുയർത്തിയതാണെന്നറിഞ്ഞപ്പോൾ ഒരു ചാരന് മറഞ്ഞിരിക്കാൻ വേണ്ടി ഞാൻ ഉപയോഗിക്കപ്പെട്ടപോലെ തോന്നി.''

സെഡറിക് ആശയക്കുഴപ്പത്തിൽപെട്ടപോലെ അവളെ നോക്കി. ഇപ്പോഴത്തെ അവസ്ഥയിൽ അസ്തിത്വം അയാളെ സംബന്ധിച്ച് അപ്രസക്തമായിരുന്നു. ജന്തുക്കൾ പേരില്ലാതെ ജനിക്കുന്നു. എന്നിട്ട് നിശ്ശബ്ദമായി മരിക്കുന്നു. ഇടയ്ക്ക് കുറച്ച് കണ്ടുമുട്ടലുകളും കെട്ടിപ്പിടുത്തവും. പക്ഷികളും എലികളും സ്വന്തം വ്യക്തിത്വത്തെപ്പറ്റി ഓർത്തു വ്യാകുലപ്പെടാറുണ്ടോ? എങ്കിലും അയാൾ ഒന്നും പറഞ്ഞില്ല.

''എന്റെ അച്ഛനാണോ ഇവർക്കൊക്കെ പണം കൊടുക്കുന്നത്?''

അവളുടെ കുറ്റാരോപണങ്ങൾ അയാളുടെ തലയെ ചൂടുപിടിപ്പിച്ചു കൊണ്ടിരുന്നെങ്കിലും അയാൾ ചോദിച്ചു.

''വേണ്ടതിലേറെ പണം. അദ്ദേഹത്തിന്റെ ജോലിക്കാർ എല്ലാം ഭംഗിയായി നോക്കി നടത്തുന്നുണ്ട്. നിങ്ങൾക്ക് ഒന്നും പേടിക്കാനില്ല.''

ലോർണ വാച്ചിൽ നോക്കി. പോകുന്നു എന്നു പറയുവാൻ അവൾക്കായില്ല. തന്റെ കാലുകൾ നിവർത്തി ബാഗ് കൈയിലെടുത്ത അവൾ. ''ഞാൻ നിന്നെ സ്നേഹിക്കുന്നു'' എന്ന് വിടപറയുംവിധം ഒട്ടും ഇടർച്ചയില്ലാതെ പറഞ്ഞു. അവൾ അപ്രത്യക്ഷമാകുന്നത് അയാൾ നോക്കിയിരുന്നു. ശാരീരിക വികാര പ്രവർത്തനങ്ങൾ യുക്തി സഹമായ ഒരു മനസ്സിനെ എത്ര കുറച്ചാണ് ബാധിക്കുന്നത് എന്ന് അയാൾ തിരിച്ചറിഞ്ഞു. ഡാർവിൻ മനസ്സിന് അപ്പൻഡിസൈറ്റിസ്ന്റെ അത്രയും പോലും പ്രാധാന്യം നൽകിയില്ല. നമ്മുടെ പൂർവികരിൽ നിന്നുള്ള അനാവശ്യമായ പൈതൃകം. സുപ്രധാനമായ ഊർജ്ജം നിഷേധിക്കപ്പെട്ട തന്റെ മസ്തിഷ്കം എന്ത് മാന്ത്രികതയിലൂടെയാണ് അവയിൽ സ്നേഹത്തിന്റെ എല്ലാ ലക്ഷണങ്ങളും രേഖപ്പെടുത്തിയത്. ഈ സ്നേഹത്തിന്റെ വേദനയിൽ നിന്ന് അയാളെ രക്ഷിക്കുവാൻ ആവശ്യം ശസ്ത്രക്രിയയിൽ തലച്ചോറിന്റെ ആ ഭാഗം മുറിച്ചു കളയലാണ്. ഇതെല്ലാം തന്റെ തലച്ചോറിൽ ഒഴുകി നടക്കുകയാണ് ഓർമ്മയുടെ ഈ അംശങ്ങൾ. മറ്റന്നാൾ ഇതെല്ലാം അവസാനിക്കുമെന്ന് അയാൾക്കു ബോധ്യമുണ്ടായിരുന്നു. ലോർണയും ഈ പ്രപഞ്ചവും ഒറ്റ വിടപറയലോടെ മാഞ്ഞുപോകും. വിധിയുടെ ഈ വിരോധാഭാസത്തിന് അലൻ വെബേഴ്സണിന്റെ ശപിക്കപ്പെട്ട സ്വത്തിനും വിധിയുടെ വിരോധാഭാസത്തിനും നന്ദി.

പന്ത്രണ്ട്

ഒരു റോക്കറ്റ് വിക്ഷേപണത്തിന് വേണ്ട ശുഷ്കാന്തിയോടെയാണ് ഓപ്പറേഷന് വേണ്ട കാര്യങ്ങൾ തയ്യാറാക്കിയത്. മികച്ച സാങ്കേതിക വിദ്യയും മറ്റു സൗകര്യങ്ങളും കണക്കിലെടുത്താണ് ഈയിടെ പുതുക്കിപ്പണിത 'സാൻ സെവേറോ' എന്ന ഹോസ്പിറ്റൽ തിരഞ്ഞെടുത്തത്. തന്റെ പഴയ സുഹൃത്തും പലേർമോ മെഡിക്കൽ യൂണിവേഴ്സിറ്റിയിലെ സഹപ്രവർത്തകനുമായിരുന്ന ഐമേറിറ്റ്സിന്റെ നിർദ്ദേശം, പല നിബന്ധനകളോടു കൂടിയതാണെന്ന് അറിയാമെങ്കിലും ജോർജിയോ കടാവേരോ സ്വീകരിക്കുകയായിരുന്നു.

സാൻ സെവേറോ പൊതുജനങ്ങൾക്കായി അതിന്റെ കവാടം കുറച്ച് ആഴ്ചകൾക്കുള്ളിൽ തുറന്നു കൊടുക്കും ഈ ഓപ്പറേഷന് എന്തെങ്കിലും വീഴ്ച സംഭവിച്ചാൽ, ഹോസ്പിറ്റലിന്റെ സൽപ്പേരിന് നാശം വരാതിരിക്കാൻ, അത് പൂർണ്ണമായും രഹസ്യമാക്കി വയ്ക്കും. അഥവാ ഓപ്പറേഷൻ വിജയിച്ചാൽ അതൊരു മഹാസംഭവമായി മാറും. മീഡിയ ഈ ഹോസ്പിറ്റലിന്റെ പേര് കൊട്ടിഘോഷിക്കും. ഐമേറിറ്റ്സിന് ഒന്നും നഷ്ടപ്പെടുവാൻ ഇല്ലായിരുന്നു. സർജന്മാരുടെ പത്തു സംഘങ്ങൾ അവരുടെ പുതിയ ഉപകരണങ്ങൾ നൂതനമായ പരീക്ഷണത്തിനിറക്കുവാൻ പോവുകയാണ്. റിറ്റ്സ് തന്റെ വക്കീലുമായി ഇതിന്റെ എല്ലാ നിയമവശങ്ങളും ചർച്ച ചെയ്തിരുന്നു. എല്ലാ കാര്യങ്ങളും ശരിയായിത്തന്നെ നടക്കുന്നുണ്ട്. ജീവൻ നില നിർത്താൻ വേണ്ട യന്ത്രങ്ങളുടെ സഹായത്തോടെ ദാതാവിന്റെ ശരീരം ഒരു ഹെലികോപ്റ്ററിൽ എത്തിക്കഴിഞ്ഞു. അത് കൊണ്ടുവന്ന പ്രായമായ ന്യൂറോസർജന് അവയവമാറ്റ പ്രക്രിയയിൽ പങ്കുചേരുവാൻ ഉള്ള ഭാഗ്യം കിട്ടി. അദ്ദേഹത്തിന് തന്റെ മുൻ വിദ്യാർത്ഥിയുടെ അഭിലാഷം അറിയാമായിരുന്നു. ന്യൂറോപ്പതി സെഡേഷനിൽ ഒരു മികച്ച പ്രാക്ടീഷണർ ആയിരിക്കെ തന്നെ, അവയവമാറ്റത്തിലും കടാവേരോയ്ക്കു താല്പര്യം ഉണ്ടായിരുന്നു. അങ്ങനെയാണ് സ്റ്റേജ് ത്രീ കോമയിൽ നിന്നുപോലും അയാൾ രോഗികളെ തിരിച്ച് ജീവിതത്തിലേക്ക് കൊണ്ടുവന്ന് പ്രശസ്തി നേടിയത്.

പേര് നേടുന്നതിനുവേണ്ടി കടാവേരോയും ടീമംഗങ്ങളും ശ്രദ്ധേയമായ പല സംരംഭങ്ങളും നടത്തി. വളരെ ധൃതിപിടിച്ചുള്ള ഒരുക്കങ്ങളിൽ ഐമേറിറ്റ്സിനു സംശയം ഉണ്ടായിരുന്നു. പരസ്യത്തിനു വേണ്ടിയോ മറ്റു ഹോസ്പിറ്റലുകളുമായി മത്സരിച്ചോ വലിയ പ്രത്യേകത കണക്കിലെടുത്തോ ആയിരിക്കും ഇതെല്ലാം ആസൂത്രണം ചെയ്തതെന്ന് ഡോ. ഐമേറിറ്റ്സ് കണക്കുകൂട്ടി. സ്പോൺസറിൽ നിന്നുള്ള സമ്മർദ്ദവും ക്ലിനിക്കിലെ ഭീമമായ ചിലവുകളും വിവിധ സർജറി ടീമുകളുടെ ഏകോപനത്തിലെ ബുദ്ധിമുട്ടുകളും കൂടി ഇതിന് കാരണമായിരിക്കും.

ഏപ്രിൽ ഒന്നാംതീയതി പുലർച്ചെയ്ക്കുതന്നെ ഓപ്പറേഷന്റെ നടപടികൾ തുടങ്ങി. എല്ലാ ഓപ്പറേഷൻ തിയേറ്ററുകളും പ്രവർത്തന സജ്ജമാക്കി. എല്ലാ കാര്യങ്ങളും സൂക്ഷമതയോടെ തയ്യാറാക്കിയ ശേഷം മൂന്ന് അനസ്തീഷ്യോളജിസ്റ്റുകളും കുറച്ച് നഴ്സുമാരും ഒരു വലിയ ടീം സർജന്മാരും തയ്യാറായി നിന്നു. സെഡറിക്കിന്റെ കാര്യത്തിൽ ജനറൽ അനസ്തീസിയ ഉള്ളതുകൊണ്ട് കൃത്രിമശ്വാസം നൽകേണ്ട ആവശ്യം ഉണ്ടായില്ല. ഓപ്പറേഷന്റെ ആദ്യഘട്ടത്തിലെങ്കിലും. പകരം ഒരു ശരീരതാപനിയന്ത്രണ സംവിധാനമായിരുന്നു

നൽകിയിരുന്നത്. ഉയർന്ന സാങ്കേതിക യന്ത്രങ്ങൾ കൊണ്ട് അവരുടെ പ്രധാന ദൗത്യം രോഗിയുടെ സർവിക്കൽ ഭാഗം സജ്ജമാക്കി വെക്കുക എന്നതായിരുന്നു. രണ്ട് ഓപ്പറേറ്റിങ് ടേബിളുകൾ സർജിക്കൽ ലൈറ്റുകൾക്കു താഴെ സമാന്തരമായി അണുവിമുക്തമാക്കി സ്ഥാപിച്ചിരുന്നു. ശസ്ത്രക്രിയ യന്ത്രങ്ങൾ, അനസ്തേഷ്യ ഉപകരണങ്ങൾ, വൈദ്യുത സർജിക്കൽ കത്തികൾ ഇവയെല്ലാം കൃത്യതയോടെ ട്രോളികളിൽ വിന്യസിച്ചിരുന്നു. സ്റ്റെറൈൽ സ്യൂട്ടും ഗ്ലൗസും മാസ്കും ധരിച്ച പുരുഷന്മാരും സ്ത്രീകളും അടങ്ങിയ വിദഗ്ധരുടെ വലിയ ഒരുനിര തന്നെ അവിടെ ഉണ്ടായിരുന്നു. രണ്ട് ശരീരങ്ങളും മൂന്നു മീറ്റർ അകലത്തിൽ കൊണ്ടുവെച്ചപ്പോൾ നിശ്ശബ്ദതയുടെ അലകൾ പരന്നു. തുടർന്ന് ഓപ്പറേഷൻ തിയേറ്ററിൽ, ഏറ്റവും മികച്ച വിദഗ്ധരുടെ ഒരു 'ബാലെ'യാണ് അരങ്ങേറിയത്. മിലാനിൽ നിന്നുള്ള ഡോ. എമിലിയോ ബാൽടിനി, നെർവ് സെല്ലുകളുടെ പുനഃസ്ഥാപനത്തിനുവേണ്ടി പോളി എത്തിലിൻ ഗ്ലൈക്കോളിന്റെയും ഷിറ്റോസാനി (chitosan)ന്റെയും ഉപയോഗം കണ്ടുപിടിച്ചയാളാണ്. പ്രൊഫ. മിറാമി, സ്പാലിൻ ആശുപത്രിയിലെ ന്യൂറോ സർജറി വിഭാഗത്തിൽ നിന്നും അവാർഡ് നേടിയ ആളാണ്. സാൻ സെവേറോ ക്ലിനിക്കിന്റെ ഡയറക്ടർ ആയ ഐമേറിറ്റ്സ് കൂടി ഈ ചടങ്ങിൽ പങ്കെടുക്കുവാൻ ഒരുങ്ങിനിന്നു - വല്ല പ്രശ്നവും ഉണ്ടായാൽ, മുങ്ങാൻ തയ്യാറായിട്ടാണെങ്കിലും.

ജോർജിയോ കടാവേരോയുടെ ചുറ്റും കൂടിനിന്ന ആദ്യ നിരയിലെ ജനറൽ സർജന്മാർക്കിടയിൽ ടെൻഷൻ കൂടിവന്നു. അവർ അധികം വൈകാതെ തന്നെ ന്യൂറോസർജന്മാർക്ക് സ്ഥാനം മാറിക്കൊടുക്കണം. ആ രണ്ടു ശരീരങ്ങളും ഒന്ന് തലച്ചോർ മരണം സംഭവിച്ചതും രണ്ടാമത്തെ ആർട്ടിഫിഷ്യൽ കോമയിൽ ഉള്ളതും അവയെ രണ്ടിനെയും അവയവമാറ്റത്തിന്റെ എളുപ്പത്തിനായി നഗ്നമാക്കി കിടത്തി. രണ്ട് ശരീരവും ഏകദേശം ഒരുപോലെ ആയിരുന്നെങ്കിലും സെഡറിക് അലൻ വെബേഴ്സണിന്റെ ശരീരം കുറേ മാസങ്ങൾ നിശ്ചലം ആയിരുന്നതിനാൽ ശുഷ്കിച്ചതായി കാണപ്പെട്ടു. മറ്റേ ശരീരം ആകട്ടെ, ഇരുണ്ട ചർമവും നല്ല മിനുസമുള്ള പേശിയും ഉള്ളതായിരുന്നു. തലഭാഗം മറയ്ക്കപ്പെട്ട ആ മുഖത്തിന്റെ കീഴ്ഭാഗത്തിൽ രോമം കിളിർത്തു നിന്നിരുന്ന ഒരു രൂപഭംഗിയുള്ള കീഴ്താടി പുറത്തേക്ക് കാണാമായിരുന്നു.

ആ മനുഷ്യന്റെ കഴുത്തിൽ ചുവന്ന മഷി കൊണ്ട് ഒരു വര അടയാളപ്പെടുത്തിയിരുന്നു. അതിലൂടെ അസ്ഥിവരെ മാംസം മുറിച്ചു മാറ്റപ്പെട്ടു.

ആദ്യത്തെ ടീം മസിൽ ടിഷ്യു, ബ്ലഡ് വെസ്സൽസ്, ഈസോഫാഗസ്, ട്രെക്കിയ എന്നിവ ശരിയാക്കിവച്ചു. ശരീരമാറ്റം ഒരേസമയം

നടത്തുന്നതിനു വേണ്ടി നട്ടെല്ലുകൾ മുറിക്കുവാൻ രണ്ടു ടീമുകൾ തയ്യാറായി. അവയവദാനം ചെയ്യുന്ന ആളുടെ തല ഇലക്ട്രോ സർജിക്കൽ കത്തി ഉപയോഗിച്ച് മുറിച്ചുമാറ്റുന്ന സമയം, പ്രൊഫ. കടാവേരോയും ടീമും അതേപോലെ സെഡറിക്കിനെയും തയ്യാറാക്കി. എല്ലാം കൃത്യമായി നടന്നിരുന്നു. ഓരോ സെക്കൻഡും പ്ലാൻ ചെയ്തിരുന്നതുപോലെത്തന്നെ ഒരു നഴ്സ് അവയവദാതാവിന്റെ മുറിച്ച് നീക്കിയ തല എടുത്തുമാറ്റിയപ്പോൾ ശരീരത്തിലെ ചോരയും മറ്റു ദ്രാവകങ്ങളും മറ്റൊരു ടീം ഒപ്പിയെടുത്തു. ഉടൻതന്നെ വേറൊരു ടീം മുറിക്കപ്പെട്ട ശരീരത്തെ ലൈഫ് സപ്പോർട്ട് യന്ത്രവുമായി ഘടിപ്പിച്ചു. ശരീരസ്വീകർത്താവിന്റെ മുറിക്കപ്പെട്ട തല ദാതാവിന്റെ ശരീരത്തിന്റെ അടുത്തേക്ക് കൊണ്ടുപോയി വെച്ചപ്പോൾ ആ മുറിയിൽ നിശ്ശബ്ദത പരന്നു. ആ വലിയ ശരീരത്തിലേക്ക് ശിരസ്സാണ് മാറ്റിവെക്കപ്പെട്ടത്. അല്ലാതെ ശരീരമല്ല മാറ്റിയത്. എന്തൊരു വിരോധാഭാസം.

ആറാമത്തെ സെർവിക്കൽ വെർട്ടിബ്രയുടെ കീഴെ വെച്ച് മുറിച്ച തലയുടെ അടുത്തേക്ക് തൈറോയ്ഡിനും ലാറിൻക്സിനും മുകളിൽ മുറിച്ച ശരീരത്തിന്റെ കഴുത്ത് ചേർത്ത് വെച്ചു. ഇനിയിപ്പോൾ ചെയ്യേണ്ടിയിരുന്നത് ആ തലയുടെ നട്ടെല്ലും നാഡികളും പുത്തൻ ശരീരത്തിലേക്ക് ബന്ധിപ്പിക്കുക എന്നതായിരുന്നു. ഇന്നേവരെ ചെയ്തിട്ടില്ലാത്ത ഒരു കാര്യം. എന്നാൽ മിന്നൽവേഗത്തിൽ വന്നും പോയും ഇരുന്നു സർജന്മാർ രക്തധമനികളും ഞരമ്പുകളും ലിഗ്മെന്റുകളും തുന്നിച്ചേർത്തുകൊണ്ടിരുന്നു. അതു കഴിഞ്ഞുവേണം സാധാരണമായ മാംസവും തൊലിയും യോജിപ്പിക്കാൻ.

പ്രൊഫ. കടാവേരോ പല തവണ പത്രപ്രവർത്തകരോട് പറഞ്ഞിരുന്ന കാര്യമാണ്, സുഷുമ്നനാഡിയുടെ കൂട്ടിച്ചേർക്കലാണ് ഏറ്റവും വിഷമം പിടിച്ച പണി എന്ന്.

റോബർട്ട് ജെ. വൈറ്റ് എന്ന പ്രശസ്ത ന്യൂറോസർജൻ സസ്തനികളിൽ ഏതാണ്ട് അരനൂറ്റാണ്ട് മുമ്പുതന്നെ ഇത് പരീക്ഷിച്ചു നോക്കിയിട്ടുള്ളതാണ്. പക്ഷേ, നാഡികളുടെ കൂട്ടിച്ചേർക്കൽ ഒരിക്കലും വിജയകരമായി പൂർത്തിയാക്കാൻ കഴിഞ്ഞിരുന്നില്ല. ഇപ്പോഴാകട്ടെ, ആ പ്രയാസകരമായ കൂട്ടിച്ചേർക്കലിന് പുതിയതായി വന്നിട്ടുള്ള രാസവസ്തുക്കൾ വളരെ സഹായകരമായിട്ടുണ്ട്.

കടാവേരോ അത്യന്തം ക്ഷീണിതനായിരുന്നു. ഇനിയും ഓപ്പറേഷന്റെ നിർണ്ണായകകാര്യങ്ങൾ ചെയ്തുകഴിഞ്ഞിട്ടില്ല. അദ്ദേഹത്തിന്റെ മനസ്സും ബുദ്ധിയും തളർന്നു. ഒരു കോലാഹലത്തിന്റെ മദ്ധ്യത്തിൽപ്പെട്ട സംഗീതജ്ഞനെപ്പോലെയോ മുങ്ങിപ്പോകാൻ സാധ്യതയുള്ള ഒരു കപ്പലിന്റെ ക്യാപ്റ്റനെപ്പോലെയോ കടാവേരോ

അവശനായിരുന്നു. വളരെ സൂക്ഷ്മമായ തയ്യാറെടുപ്പോടെ തുടങ്ങിയ ഈ ഓപ്പറേഷനിൽ പലവിധ തടസ്സങ്ങളും തരണം ചെയ്യലുകളും ഇടയ്ക്കിടെ ഉണ്ടായിക്കൊണ്ടിരുന്നു. എല്ലാത്തിന്റെയും പരിണാമ ഫലമായ ക്ഷീണവും സംശയങ്ങളും കടാവേരോയുടെ ബുദ്ധി മരവിപ്പിച്ചിരുന്നു. ഈയൊരു സംരംഭത്തിനായി മുടക്കിയ ധനത്തിന്റെയും പരിശ്രമത്തിന്റെയും വ്യാപ്തിയും ഇതു പരാജയപ്പെട്ടാലുണ്ടാകുന്ന പ്രത്യാഘാതങ്ങളെക്കുറിച്ചും ഓർത്തപ്പോൾ കടാവേരോയിൽ ഒരു ഊർജ്ജം വന്നു നിറഞ്ഞു. അയാൾ ഉത്തരവാദിത്തത്തോടെ എല്ലാവരേയും വീണ്ടും ഉത്തേജിപ്പിച്ചും പ്രോത്സാഹിപ്പിച്ചും സർജറിയുടെ ഒഴുക്ക് പുനരുജ്ജീവിപ്പിച്ചു.

ഏറ്റവും വിദഗ്ധരായവരുടെ കൈകളായിരുന്നു അവിടെയുണ്ടായിരുന്നത് എന്ന് പറയേണ്ടതില്ലല്ലോ. തലയുടെ നെർവ് സെല്ലുകളും ശരീരവും യോജിപ്പിച്ചു കഴിഞ്ഞു. ഏറ്റവും സൂക്ഷ്മമായി തുന്നിച്ചേർത്ത ആർട്ടറികളും വെയിനുകളും രക്തയോട്ടം പുനഃസ്ഥാപിച്ചു. മയോസൈറ്റ് (Myocites) തുന്നിച്ചേർത്തശേഷം അവർ അസ്ഥികളുടെ ഘടന ശരിയാക്കി. ശരീരത്തിന്റെ മുകൾ ഭാഗത്തെ ഏതാണ്ട് മരണതുല്യമായ അവസ്ഥ IVകളും മരുന്നുകളും ഓക്സിജനും കൊടുത്തപ്പോൾ കുറഞ്ഞുവന്നു. അതെല്ലാം എമർജൻസി യൂണിറ്റിന്റെ ചുമതലയായിരുന്നു. എത്രയെത്ര മൃഗങ്ങളിലും തലച്ചോറിന്റെ പ്രവർത്തനം നിലച്ച മനുഷ്യരിലും പരീക്ഷിച്ച ശേഷമാണ് ആദ്യമായി ജീവനുള്ള ശരീരം ഒരു തലയിലേക്ക് ചേർത്ത് ഘടിപ്പിക്കുന്നത്. അതും ഈ ടൂറീനിലെ പ്രൈവറ്റ് ക്ലിനിക്കിൽ.

കടാവേരോയ്ക്ക് ആത്മസംതൃപ്തി തോന്നി. പരാജയപ്പെടാനുള്ള നല്ല സാധ്യതയും ഉണ്ടെന്ന് ഓർത്തപ്പോൾ വന്നപോലെത്തന്നെ സന്തോഷം ഭയത്തിനു വഴിമാറി. ഇത് പ്രശംസ അർഹിക്കുന്നതാണെങ്കിലും എത്ര പുതിയ തരത്തിലുള്ള ചികിത്സാരീതിയാണ് എങ്കിലും തിരസ്കരിക്കപ്പെടാനുള്ള സാധ്യത വലുതാണ്. ഇമ്മ്യൂണോ സപ്രസർ ഉണ്ടെങ്കിൽ കൂടി ശരീരം അതിനെ സ്വീകരിച്ചു എന്നു വരില്ല. അതുപോലെത്തന്നെ തലച്ചോറിൽ സ്ഥിതി ചെയ്യുന്ന നെർവെസ് സിസ്റ്റം അതിലേക്ക് അപരിചിതമായ ഒരു നെറ്റ്‌വർക്കിൽ നിന്ന് വരുന്ന വിവരങ്ങൾ തിരസ്കരിക്കാനും സാധ്യതയുണ്ട്. ഇതാ, നേരം പുലർന്നു കഴിഞ്ഞു. രോഗിയെ അവർ സുസജ്ജമായ പോസ്റ്റ് ഓപ്പറേഷൻ മുറിയിലേക്ക് മാറ്റി.

ന്യൂറോ സർജന്മാരും സഹപ്രവർത്തകരും കോൺഫ്രൻസ് ഹാളിൽ ഓപ്പറേഷൻ നടന്നതിനെക്കുറിച്ചുള്ള ഒരു വിവരശേഖരണ മീറ്റിങ്ങിന് കൂടി. അവരെല്ലാം ഈ നിർത്താതെയുള്ള ഓപ്പറേഷൻ മൂലം തളർന്നിരുന്നു. എങ്കിലും അവർ പരസ്പരം അഭിനന്ദിച്ചു. ജോർജ്ജിയോ കടാവേരോ സ്റ്റേജിൽ കയറി. അയാൾ ഉന്മേഷം

വീണ്ടെടുത്തിരുന്നു. പുതിയ കോട്ടും ടൈയും ധരിച്ചിരുന്നു അയാളുടെ നെറ്റി വെളിച്ചത്തിൽ തിളങ്ങി അയാൾ പുഞ്ചിരിച്ചു.

''ഞാൻ നിങ്ങൾക്ക് എല്ലാവർക്കും നന്ദി പറയുന്നു. നിങ്ങൾ നല്ലവണ്ണം നിങ്ങളുടെ ജോലി ചെയ്തു.'' എല്ലാവരും കൈയടിച്ചു. അയാളൊരു പോപ്പിനെപോലെ കൈ ഉയർത്തി അവരെ ശാന്തരാക്കി. ''നമുക്ക് ഇനിയും ആശ്വസിക്കാൻ സമയം ആയിട്ടില്ല. രോഗി ജീവിച്ചിരിക്കുന്നുവെങ്കിലും എല്ലാം ശരിയായി വരാൻ സമയമെടുക്കും. അല്പദിവസത്തിനകം കുഴപ്പമൊന്നുമില്ലെങ്കിൽ അയാൾ കോമയിൽ നിന്നും പുറത്തു വരും. നമ്മൾ ഇപ്പോൾ ഒരു അജ്ഞാതമേഖലയിലാണ് സഞ്ചരിക്കുന്നത്. പലതും നേരിടേണ്ടിവരും. അവയവ തിരസ്കരണം സംഭവിച്ചേക്കാം. ഡിഫൻസ് മെക്കാനിസം തകരാം. റിഫ്ളക്സ് തകരാർ, പലതരത്തിലുള്ള വൈറൽ ഇൻഫെക്ഷൻ.'' പ്രൊഫ. മിറാമി നെർവ്സ് സിസ്റ്റം ഉയർത്തുന്ന പ്രശ്നങ്ങളെക്കുറിച്ചു സംസാരിച്ചു. ''മനുഷ്യ തലച്ചോറ് കളിമണ്ണ് പോലെയാണ്. ന്യൂറോപ്രോസ്തെസിസിലൂടെ എല്ലാ തകരാറിനെയും ശരിയാക്കാനുള്ള വഴികൾ നമുക്കു മുന്നിൽ തുറന്നേക്കാം.''

രണ്ടാം തലച്ചോർ എന്നു വിളിക്കുന്ന കുടലുകളുടെ പ്രവർത്തനം എപ്രകാരം ആയിരിക്കുമെന്ന് ഐമേറിറ്റ്സ് ശുദ്ധഗതിയോടെ ചോദിച്ചു.

നമ്മുടെ രോഗിക്ക് ബോധം വരട്ടെ ആദ്യം. എന്നിട്ടാവാം അയാളുടെ കുടലിനെക്കുറിച്ച് ചിന്തിക്കാൻ എന്നു പ്രൊഫ് കടാവേരോ ഉത്തരം നൽകിയപ്പോൾ കൂട്ടച്ചിരി ഉണ്ടായി.

മുഖത്തിന്റെ രൂപമാറ്റശസ്ത്രക്രിയയിൽ വിദഗ്ധനായ ഒരു ചെറുപ്പക്കാരൻ ഡോക്ടർ പറഞ്ഞു. ''നമ്മൾ കുരങ്ങുകളെയോ ശവശരീരത്തിനെയോ അല്ല ഇപ്പോൾ ശസ്ത്രക്രിയ ചെയ്തത്. അതിന്റെ നൈതികത...''

''ഇങ്ങനെയുള്ള ചിന്തകൾ ശാസ്ത്ര പുരോഗതിക്ക് എതിരാണ്.'' അയാളുടെ സംഭാഷണത്തെ മുറിച്ചുകൊണ്ട് കടാവേരോ പറഞ്ഞു.

''നമ്മൾ ഇപ്പോൾ ചെയ്തതിന്റെ ഗൗരവം വെച്ച് നോക്കുമ്പോൾ മുഖാവയവങ്ങൾ മാറ്റിവെയ്ക്കുന്ന ശസ്ത്രക്രിയയെ ഒരു മുഖം മിനുക്കുന്ന പണി മാത്രമാണ്. നൈതികതയെക്കുറിച്ചുള്ള ചോദ്യങ്ങൾ തത്ത്വചിന്തകർക്കോ കവികൾക്കോ വിട്ടുകൊടുക്കാം. അവർക്ക് ഇതിൽ വെളിച്ചം വീശുവാൻ സാധിക്കും. നമ്മുടെ ദൗത്യം നമ്മളാലാവുന്ന എല്ലാ നിലയ്ക്കും ജീവൻ രക്ഷിക്കുക എന്നതാണ്. നമ്മൾ ആധുനിക പ്രൊമിത്യൂസ്മാർ ആണ് - ദൈവങ്ങളെ പോലും തോല്പിച്ച് മനുഷ്യരെ സഹായിക്കുന്നവർ.''

''പക്ഷേ, നമ്മൾ എത്തിക്സിനെപ്പറ്റി ചർച്ച ചെയ്യണ്ടേ.'' ആ ചെറുപ്പക്കാരൻ കുറഞ്ഞ ആവേശത്തോടെ തുടർന്നു, ''ഞാൻ

എവിടെയോ വായിച്ചിട്ടുണ്ട്, പൂർണ്ണത ആഗ്രഹിക്കുന്ന വ്യക്തി എപ്പോഴും സമാധാന പ്രിയൻ ആകണം. പെട്ടെന്നുള്ള അഭിലാഷ ങ്ങളിൽ അകപ്പെട്ടു പോകരുത്. ജ്ഞാനം തേടുന്നവനും ഇതേ നിയമ ങ്ങൾ അല്ലേ സ്വീകരിക്കേണ്ടത്?''

''നിങ്ങൾ എങ്ങോട്ടാണ് ഈ വിഷയത്തെ നയിക്കുന്നത്?'' ഡോ. കടാവേരോ ഗ്ലാസിലേക്ക് വൈൻ പകരവേ ചോദിച്ചു.

''നമുക്കിവിടെ അവയവദാനം തന്ന തലച്ചോർ മരണം സംഭവിച്ച വ്യക്തിയെക്കുറിച്ച് എന്തറിയാം? ഇയാൾക്ക് കുടുംബം ഉണ്ടോ? കുട്ടികൾ? ഭാര്യ? ഈ ശരീരം ലഭിച്ച വ്യക്തിയോട് ഇക്കാര്യങ്ങൾ പറയുമോ? ജനിതകമായി ചിന്തിച്ചാൽ, ജീവിതത്തിലേക്ക് മടങ്ങി വരുന്ന മിസ്റ്റർ അലൻ വെബേഴ്സന്റെ വ്യക്തിത്വം ഐഡന്റിറ്റി മാറി യിരിക്കും. കാരണം മറ്റൊരാളുടെ ജീൻ ആയിരിക്കും അയാളിൽ പ്രവർത്തിക്കുന്നത്.''

പ്രൊഫ. കടാവേരോ ദീർഘമായി ശ്വസിച്ചു.

''ചെറുപ്പക്കാരാ, എനിക്ക് നിങ്ങളുടെ പ്രശ്നം മനസ്സിലാകും. ഇതെല്ലാം നമ്മൾ മുൻകൂട്ടി ചിന്തിച്ചിട്ടുണ്ട്. നമ്മൾ ഒന്നും സൂക്ഷ്മ മായി നോക്കാതെ ചെയ്യില്ലല്ലോ. നിയമപരമായും നൈതികമായും. നമ്മുടെ നിയമവിദഗ്ധൻ പവിത്ത് നിങ്ങൾക്കെല്ലാ രേഖകളും കാണിച്ചു തരും. ഇപ്പോൾ നമുക്ക് സ്വല്പം വിശ്രമിക്കാം.''

ചെറുപ്പക്കാരന്റെ സംശയം തനിക്ക് മനസ്സിലായി എന്നു കാണി ക്കാനും തന്റെ നർമ്മബോധം കുറഞ്ഞിട്ടില്ലെന്ന് തെളിയിക്കാനുമെന്ന പോലെ പുറത്തേക്ക് നടക്കുമ്പോൾ ഡോ. കടാവേരോ തുടർന്നു. ''ധൈര്യമായി ഇരിക്കുക. ആരും നമ്മളെ ഡോക്ടർ ഫ്രാങ്കൻസ്റ്റീൻ* എന്ന് വിളിക്കില്ല. ശാസ്ത്രവും മനുഷ്യാവകാശവും നിയമങ്ങളു മെല്ലാം മേരി ഷെല്ലിയുടെ കാലത്തിനുശേഷം വളരെയധികം പുരോ ഗമിച്ചിട്ടുണ്ട്.''

പതിമ്മൂന്ന്

ശരത്കാലത്തിലെ ആദ്യത്തെ മഞ്ഞ് പെയ്തത് ആ മലനിരയിൽ നിന്ന് ഒഴുകുന്ന ഒരു നദിപോലെ തോന്നിച്ചു. ഉൾപ്രദേശങ്ങളിൽ അപ്പോഴും വേനൽക്കാലംപോലെത്തന്നെ ആയിരുന്നു. ഉദയസൂര്യൻ ചക്രവാളത്തിൽ പ്രകാശം ചൊരിഞ്ഞു. സമുദ്രത്തിൽ നിന്ന് രണ്ടായിരം

* അശാസ്ത്രീയ പരീക്ഷണങ്ങളിലൂടെ ഒരു ഭീകരരൂപിയായി മാറുന്ന കഥാ പാത്രം. Mary Shelly എന്ന എഴുത്തുകാരിയുടെ സൃഷ്ടി

അടി ഉയരത്തിൽ മഞ്ഞുമൂടിയ ആൽപ്സ് പർവതത്തിന്റെ കൊടുമുടിയിൽ നിന്നും മലഞ്ചെരിവുകളിലേക്കും കാടുകളിലേക്കും തണുപ്പ് അരിച്ചിറങ്ങി. മഞ്ഞുമൂടിയ മലകൾക്കിടയിലായി ദൗ മലയുടെ താഴ്വരയിൽ എട്ട് മുഖങ്ങളുള്ള റയൂൾട്ട് മില്ലർ കൊട്ടാരം എല്ലാ കുന്നുകൾക്കും മുകളിലായി ഉയർന്നു നിന്നു. നെറ്റി ജനാലയിൽ ചേർത്തുവെച്ച് ലോർണ തന്റെ ചുറ്റുമുള്ള വിശാലമായ താഴ്വരയിൽ, ചന്ദ്രക്കലപോലെ നിർമ്മിച്ചിരുന്ന ഫൗണ്ടനുകൾക്കു ചുറ്റും വളർന്നു നിന്നിരുന്ന ഇരുണ്ട സെഡാർ മരങ്ങളെ നോക്കിക്കൊണ്ടിരുന്നു. പെട്ടെന്നുണ്ടായ ഒരു ശബ്ദത്താൽ ജാലകച്ചില്ലുകൾ പ്രകമ്പനം കൊണ്ടു. വലിയ മരച്ചില്ലകൾക്ക് ഇടയിലൂടെ ഒരു ഹെലികോപ്റ്റർ പറന്നു പൊങ്ങി. പകൽക്കിനാവുകളിൽ നിന്ന് ഞെട്ടി എണീറ്റ് അവൾ പെട്ടെന്ന് ഓർത്തു ഒരു ടാക്സി അവളെ അടുത്തുള്ള റെയിൽവേ സ്റ്റേഷനിൽ എത്തിക്കാൻ ഇപ്പോൾ എത്തുമെന്ന്. ഉച്ചതിരിഞ്ഞ് ജനീവയിൽ എത്തണം. കുറച്ചു മാസങ്ങളായിട്ട് തന്റെ ജീവിതത്തിൽ സംഭവിച്ചുകൊണ്ടിരിക്കുന്നത് ഒരു കാല്പനിക കഥാകാരനുപോലും ഊഹിക്കാൻ പറ്റാത്തതായിരുന്നു.

ജനശ്രദ്ധ നേടിയ വലിയ ആ ആശുപത്രിയോട് ചേർന്നുള്ള ഹോട്ടലിൽ കഴിഞ്ഞ കുറച്ചു ദിവസം ചിലവിട്ട അവൾക്ക് കപ്പലിൽ നടന്ന ആ അപകടത്തിനുശേഷം അനുഭവിക്കുന്ന മാനസികാസ്വാസ്ഥ്യം അതിന്റെ പാരമ്യത്തിൽ എത്തിയതുപോലെ തോന്നി. സാൻ സേവ്റോയിലെ ക്ലിനിക്കിന്റെ ഡയറക്ടർ ഐമേറിറ്റ്സ് പ്രൊഫ. കടാവേരോയുടെ അനുയായികളുടെ എതിർപ്പ് വകവെക്കാതെ പല തവണ അവളോട് സെഡറിക് അനുഭവിക്കുന്ന ശസ്ത്രക്രിയാനന്തര സങ്കീർണതകളെക്കുറിച്ച് പറഞ്ഞിട്ടുണ്ട്. സെഡറിക്കിന്റെ മരണം സംഭവിക്കാം എന്നുപോലും അദ്ദേഹം സൂചിപ്പിച്ചിരുന്നു.

കടാവേരോയാകട്ടെ, താൻ മഹത്തായ ഒരു കാര്യം ചെയ്തു കഴിഞ്ഞു എന്ന തീർച്ചയോടെ ശസ്ത്രക്രിയയ്ക്കുശേഷം മൂന്നു ദിവസങ്ങൾ കഴിഞ്ഞപ്പോൾതന്നെ ഒരു നാഷണൽ ടെലിവിഷൻ ചാനലിൽ പ്രസ് കോൺഫ്രൻസ് വിളിച്ചുകൂട്ടി ഈ കാര്യം ലോകത്തെ അറിയിച്ചു. മെഡിസിനിൽ നോബൽ സമ്മാനം ലഭിക്കാൻ അർഹൻ എന്ന നിലയിലായിരുന്നു അവിടെവെച്ച് അയാളുടെ സംസാരം. ഈ വെളിപ്പെടുത്തലിനുശേഷം ഇന്റർവ്യൂവിനും തെളിവുകൾക്കും ചിത്രമെടുക്കാനും മറ്റുമായി ആശുപത്രിയിലേക്ക് ആക്രമിച്ച കയറുവാൻ ശ്രമിച്ചുകൊണ്ടിരുന്ന മാധ്യമപ്രവർത്തകരെ തടയാൻ ഒടുവിൽ പൊലീസിനെ വിളിക്കേണ്ടി വന്നു. ഓരോ ദിവസം ചെല്ലുംതോറും സെഡറിക് അലൻ വെബേഴ്സൺ സമൂഹത്തിന്റെ ഒരു പൊതുസ്വത്തായി മാറിക്കൊണ്ടിരുന്നു. മുറി വൃത്തിയാക്കുന്നയാൾ എടുത്ത

ഫോട്ടോ അയാളുടെ രൂപം പുറംലോകത്തെത്തിച്ചു. സെഡറിക്കിന്റെ ഇരട്ടവ്യക്തിത്വവും ലോകമറിഞ്ഞു. സെഡറിക് ജോലി ചെയ്തിരുന്ന മാഗസിൻ ഇതൊരു കഥയാക്കി മാറ്റി അയാളുടെ ചിത്രം മുഖച്ചട്ട യാക്കി. കഥയുടെ വീര്യം കൂട്ടാൻ മീഡിയ ലോർണയെ കണ്ടെത്തു വാൻ ശ്രമിച്ചു. കാരണം ഏതോ ഹാക്കർ വഴി അവൾ അവന്റെ കാമുകിയായിരുന്നു എന്ന് അവർ മനസ്സിലാക്കി.

ഈ മാദ്ധ്യമ വിചാരണയിൽ നിന്നും മാറി നിൽക്കുവാൻ അവൾ റോമിലെത്തി. അവിടെ വീണ്ടും അവൾ എമീലിയോ പാൻസിയുമായി കൂട്ടിമുട്ടി. കറുത്ത കണ്ണടയും ഷാളും ധരിച്ച് ഒരു വഴിയോര കഫേ യിൽ ഇരുന്നിരുന്ന അവളെ എമീലിയോ അവിചാരിതമായി കണ്ടു മുട്ടുകയായിരുന്നു. അയാൾ അവളുടെ വിഷമങ്ങളെല്ലാം സംസാര ത്തിലൂടെ ദൂരീകരിച്ചു. പഴയ ഒരു കാമുകൻ എന്നപോലെ അയാൾ അവളെ അയാളുടെ വസതിയിലേക്ക് നയിച്ചു അവൾ ആ ആഴ്ച പിന്നെ അവിടുന്ന് പുറത്തിറങ്ങിയില്ല.

വിചിത്രമെന്ന് പറയട്ടെ, ശരീരത്തിന്റെ കാമപൂർത്തി അവളുടെ പേടിസ്വപ്നങ്ങളെ ഒരു പരിധിവരെ മറക്കുവാൻ സഹായിച്ചു.

അവൾ ഇത്രനാളും സ്നേഹിച്ച, തന്റെ പ്രിയപ്പെട്ട കാമുകന്റെ ഊഷ്മളശരീരത്തിന് എന്തു സംഭവിച്ചു. അത് വെറും പൊടിയായി മാറി സർജിക്കൽ ഡിപ്പാർട്ട്മെന്റിലെ ചവറ്റുകുട്ടയിൽ വന്നടിഞ്ഞുവോ മറ്റേയാളുടെ തലയോടൊപ്പം? അയാളുടെ പുതിയ ശരീരം അവൾക്ക് പരിചയമില്ലാത്ത ശരീരം. ഇതുവരെ കാണുവാൻ സാധിക്കാത്ത ശരീരം. എങ്ങനെ അവൾക്ക് അതിന്റെ നഗ്നത ഉൾക്കൊള്ളാൻ കഴിയും. തന്റെ ശരീരത്തോട് അടുപ്പിക്കുവാൻ കഴിയും. എങ്ങനെ തന്റെ ഉള്ളിലേക്ക് അതിനെ കയറിച്ചെല്ലുവാൻ അനുവദിക്കും. ഇത്തരം ചിന്തയിൽ നിന്ന് രക്ഷപ്പെടാൻ ഒരവസാനശ്രമമെന്നപോലെ അവൾ എമിലിയോയിലേക്ക് വീണ്ടും അടുത്തു. അയാളുടെ കൈകളും നെഞ്ചും ലിംഗവും എല്ലാം അവൾ ചേർത്തുപിടിച്ചു.

ഗ്രീക്ക് പുരാണത്തിലെ ആണും പെണ്ണും കൂടിച്ചേർന്ന ഹെർമാ ഫ്രോഡൈറ്റിനെ*പ്പോലെയുള്ള ഒരു ഉഭയലിംഗജീവിയെ പുഴുങ്ങിയ മുട്ടപോലെ രണ്ടായി പകുത്ത് ആണും പെണ്ണുമാക്കാമെന്ന ആലോ ചനയുടെ ബുദ്ധിശൂന്യത അവളോർത്തു. എമീലിയോ ഒരു അർദ്ധ പുരുഷനല്ല. അവളും അതുപോലെ അർദ്ധസ്ത്രീയല്ല. അവർ രണ്ടു പേരും സ്നേഹിച്ച് ബന്ധപ്പെടുന്നത് ഒന്നാകാൻ വേണ്ടിയല്ല പകരം അവരുടെ വ്യത്യാസങ്ങൾ കൂടുതൽ ബലപ്പെടുത്തുന്നതിനായിട്ടാണ്.

* രണ്ടും ലിംഗങ്ങളും (സ്ത്രീ പുരുഷ) ഉള്ള ജീവി

ലോർണ റോമിലെ വിമാനത്താവളത്തിൽ വച്ച് ഉണ്ടായ അവരുടെ വിടപറച്ചിലിനെപ്പറ്റി ഓർത്തു. ഇനി എപ്പോഴെങ്കിലും താൻ അയാളെ കാണുമോ. ആദ്യത്തെ രാത്രിയിൽ വസ്ത്രങ്ങൾ പോലും മാറ്റാതെ നടന്ന ബന്ധപ്പെടലിനുശേഷം അയാൾ വ്യക്തതയില്ലാതെ സംസാരിച്ചുകൊണ്ടിരുന്നു. സെഡറിക്കിന് ബോധം ഇല്ലാത്തതിനെക്കുറിച്ച്, തലച്ചോറിന് റിഫ്ളക്സ് ഇല്ലാത്തതിനെക്കുറിച്ച്, മരണം സ്ഥിരീകരിക്കുന്നതിന് വേണ്ട പരിശോധനകളെക്കുറിച്ച്.... അങ്ങനെ പോയി ദുരുദ്ദേശ്യപരം എന്നു തോന്നിപ്പിക്കാവുന്ന ആ വാക്കുകൾ. ഈ തുറന്നു പറച്ചിൽ കേട്ട്, ലോർണ തരിച്ചിരുന്നു. അവൾക്ക് തോന്നി അയാൾക്ക് സെഡറിക്കിനോട് അസൂയ ഉണ്ടെന്ന്.

ലോർണ രണ്ടു തവണ കൂടി സെഡറിക്കിനെ, അതോ സെഡറിക്കിൽ ബാക്കിയുള്ള എന്തിനെയോ റോൾട്ട് മില്ലർ കൊട്ടാരത്തിൽ പോയി കണ്ടിരുന്നു. ഈയൊരു കെട്ടിടം അത്യാധുനിക ശുശ്രൂഷ കേന്ദ്രമാക്കി മാറ്റിയത് ഒരു ഇൻഷ്വറൻസ് ഗ്രൂപ്പ് ആയിരുന്നു. സ്വിറ്റ്സർലാൻഡിലെയും യൂറോപ്പിലെയും പല ക്ലിനിക്കുകളും നിയന്ത്രിച്ചിരുന്ന അവർ എം.എ.ഡബ്ല്യൂ. ട്രസ്റ്റിന്റെ കീഴിലാണെന്നത് പലർക്കും അറിയുമായിരുന്നില്ല. ഫാർമസ്യൂട്ടിക്കൽ കമ്പനികൾക്ക് ധാരാളം പണം ഉണ്ടായിരുന്നുവല്ലോ.

റിസപ്ഷനിൽ നിന്ന് ലോർണയെ വിളിച്ചപ്പോൾ പുറത്തേക്ക് നോക്കിനിന്നിരുന്ന ലോർണ പെട്ടെന്ന് ഞെട്ടി. റിസപ്ഷനിസ്റ്റിന്റെ സഹതാപം നിറഞ്ഞ നോട്ടം അവളുടെ കണ്ണുനീർ കൂട്ടിയതേയുള്ളൂ. ക്ഷമ ചോദിച്ച ലോർണയുടെ കണ്ണുനീർതുള്ളി പുറത്തെ മഞ്ഞുതുള്ളികളെപ്പോലെ തിളങ്ങുന്നുണ്ടായിരുന്നു.

അവളെ കൂടുതൽ അസ്വസ്ഥമാക്കിയത് വളരെ ബുദ്ധിമുട്ടുള്ള ഒരു മീറ്റിങ്ങിന് അവൾക്ക് ജനീവയിലേക്ക് പോകേണ്ടിവരുമെന്നോർത്താണ്. താൻ സ്നേഹിച്ചിരുന്ന ആ മനുഷ്യന്റെ തലയുടെ അടുത്തിരുന്ന ആ ദിവസങ്ങൾ അവളുടെ കുറ്റബോധം മാറ്റി ഒരു പേടിയിലേക്ക് മാറിയിരുന്നു. ഒന്നും അവളുടെ തെറ്റായിരുന്നില്ല. സ്നേഹം ഒരിക്കലും മറ്റേയാളെ തടവിലാക്കുന്ന ഒരു കരാർ അല്ല. ആശുപത്രിയിലെ ടീം വിദഗ്ധചികിത്സയിലൂടെ നല്ല പുരോഗതി ഉറപ്പു നൽകിയിരുന്നു. സെഡറിക്കിനു ജീവൻ തിരിച്ചു കിട്ടും എന്നുള്ള വാഗ്ദാനം. ഇപ്പോൾ പതിയെപ്പതിയെ പുതിയ ശരീരത്തെ തലച്ചോറുമായി ഇണക്കുന്നതിനുള്ള വിവിധ ചികിത്സകളും തെറാപ്പികളും മസാജുകളും ആരംഭിച്ചിരുന്നു.

എന്നിരുന്നാലും അവൾക്ക് അവളുടെ ഉള്ളിൽ അടക്കാൻ കഴിയാത്ത ഒരു കനം കടന്നുകൂടുന്നതായി തോന്നി. അയാളെക്കുറിച്ചുള്ള ആ ഞെട്ടിപ്പിക്കുന്ന കണ്ടെത്തലിനുശേഷം അവളുടെ ജീവിതം

കീഴ്മേൽ മറിഞ്ഞതുപോലെ തോന്നി. അനിശ്ചിതത്വത്തിന്റെ തിര അവൾക്ക് ചുറ്റും ആഞ്ഞടിക്കുന്നു. അവൾക്ക് സംഭവിച്ചതെല്ലാം വിധിയുടെ ഒരു കളിപോലെ തോന്നി.

പതിന്നാല്

റയുൾട് മില്ലെർ വിട്ടു പോകും മുന്നേ ലോർണ സെഡറിക്കിന്റെ കട്ടിലിന്റെ അടുത്തേക്ക് അവസാനമായി ഒന്നുകൂടി പോയി. കഴുത്തിൽ ബാൻഡേജുമായി ഒരു ഷീറ്റ്കൊണ്ട് ശരീരം മൂടിയിരുന്ന അയാളുടെ, അവൾക്ക് പരിചിതമായ ഒരു ഭാഗം മാത്രമേ കാണുന്നുണ്ടായിരുന്നുള്ളൂ. അയാളാകട്ടെ, അവളെ മറ്റൊരു കണ്ണുകളിൽ കൂടിയാണ് നോക്കിക്കൊണ്ടിരുന്നത്.

അയാളുടെ നെറ്റിയിൽ പുതിയതായി കണ്ട ചെറിയ ചുളിവുകളിൽ നിന്നും നോട്ടം അകറ്റാനാവാതെ അവൾ പറഞ്ഞു ''ഞാൻ ഒന്നോ രണ്ടോ ആഴ്ചകൾക്കുള്ളിൽ തിരികെ വരും.'' അയാളുടെ ചുണ്ട് എന്തോ പറയാനെന്നപോലെ ചലിച്ചു. അവസാനം ഒരു ശബ്ദം പുറപ്പെടുവിച്ചു. ഓപ്പറേഷനുശേഷം അയാളുടെ ശബ്ദം ആദ്യമായി കേട്ട ലോർണ വീണ്ടും പറഞ്ഞു. ''ഒന്നോ രണ്ടോ ആഴ്ചയിൽ ഞാൻ തിരികെ വരും. സെഡറിക്, നിങ്ങൾ എന്താണ് പറഞ്ഞത്, ഞാൻ തിരികെ വരും.''

അയാൾ വളരെ ശ്രദ്ധയോടെ എന്തോ വാക്കുകൾ പുറപ്പെടുവിക്കാൻ ശ്രമിച്ചു. ആ ശബ്ദം ഒരു റോബോട്ടിൽ നിന്നു വരുന്നപോലെ ചിലമ്പിച്ചതായിരുന്നു. ലോർണ തന്റെ കൈ ഷീറ്റിൽ വച്ചു. പെട്ടെന്ന് ഓർത്തു, അത് മറ്റൊരാളുടെ ശരീരം ആണല്ലോ.

''സെഡറിക്, നിങ്ങൾക്ക് സംസാരിക്കുവാൻ പറ്റുന്നുണ്ടല്ലോ? എന്നോട് ഡോക്ടർമാർ പറഞ്ഞു നിങ്ങളുടെ കഴിവുകൾ ഓരോന്നായി തിരികെ വരുമെന്ന്. ഞാൻ മടങ്ങി വരുമ്പോൾ ചിലപ്പോൾ നിങ്ങൾക്ക് നിൽക്കുവാൻ സാധിച്ചിട്ടുണ്ടായിരിക്കും. നമുക്കൊരുമിച്ച് പാർക്കിൽ പോകുവാൻ സാധിക്കുമായിരിക്കും. ഈ മലകളുടെ താഴ്വാരം മനോഹരമാണ്.''

ടാക്സിക്കാരന്റെ വിളികേട്ട് അവൾ മുറിയിൽ നിന്നു ധൃതിയിൽ ഇറങ്ങിപ്പോയി. സെഡറിക് കുറേ നേരം വാതിലിലേക്ക് നോക്കി അയാൾക്കതിൽ കൂടി എന്തൊക്കെയോ കാണാവുന്നതുപോലെ. അയാൾക്ക് മൈഗ്രേൻപോലെ അനുഭവപ്പെട്ടു. അത് അയാൾക്ക് വേദനയൊന്നും ഉണ്ടാക്കിയില്ല. ചുട്ടുപൊള്ളുന്ന, മൂർച്ചയുള്ള ഒരു

ബ്ലേഡ് പോലെ. അതിനെ വേദന എന്ന് പറയുവാൻ കഴിയുകയില്ലാ യിരുന്നു. പെട്ടെന്നു വന്ന് അതിനുശേഷം അപ്രത്യക്ഷമായ യുവതി അയാളെ കുഴക്കി. അവൾ തന്റെ ഓർമ്മകളിൽ എവിടെയോ ഉണ്ടാ യിരുന്നു. അത് അയാളെ ചിന്തിപ്പിച്ചു. തന്റെ ഉള്ളിലും പുറത്തും കാണുന്നതെല്ലാം പ്രഹേളികകളായിരുന്നു. അവയെല്ലാം ഒന്നുചേർന്ന് തന്നെ കുഴപ്പിക്കുന്നു. ആ ജനലയിലൂടെ കാണാനാകുന്ന മഞ്ഞു മൂടിയ കുന്നുകൾ മേഘങ്ങളുടെ വെളിച്ചത്തിൽ തിളങ്ങി. ആകാശം പൊടുന്നനെ നീലനിറമായി മലകളെ മുഴുവൻ ശോഭിപ്പിച്ചു. തന്റെ കാഴ്ചയുടെ മൂടലിലൂടെ ഒരു വാതിലും ആ ചെറിഞ്ഞ ജനലും കാണാം. ഇവിടെ നിന്ന് രക്ഷപ്പെടുവാൻ താൻ ഏതു മാർഗ്ഗം സ്വീകരി ക്കണം. ഒരു ട്രോളിയുടെ ശബ്ദം അയാളുടെ ചെവികളിൽ മുഴങ്ങി.

കോട്ട് അണിഞ്ഞ രണ്ട് യുവതികൾ മുറിയിലേക്ക് കടന്നു. അയാൾ ക്കവരെ തിരിച്ചറിയുവാൻ കഴിഞ്ഞു. ട്രോളി വലിച്ച സ്ത്രീയുടെ മുഖത്ത് കൃത്രിമ പുഞ്ചിരി ഉണ്ടായിരുന്നു. രണ്ടാമത്തവൾ അയാളെ തറപ്പിച്ച് നോക്കിക്കൊണ്ടിരുന്നു. അവർ അയാളുടെ തുണികൾ നീക്കി ദേഹം മുഴുവൻ മസാജ് ചെയ്തു.

''നിങ്ങൾക്ക് എന്തെങ്കിലും അറിയാൻ കഴിയുന്നുണ്ടോ?''

അതിൽ ഒരുവൾ ചോദിച്ചു.

''നിങ്ങളുടെ കൈകൾ.'' അയാൾ ഉത്തരം നൽകി.

''നല്ല തുടക്കം. നിങ്ങളുടെ വലത്തെ പാദം അനക്കൂ. ഇടത്തേത് അല്ല. വലത്. നിങ്ങളുടെ വലത്തേ പാദം എന്റെ ഇടത്തേ കൈയ്ക്ക് നേരെയാണ്. മനസ്സിലായോ. നിങ്ങളുടെ ഇടത്തെ കൈ ഉയർത്തു. വലത് അല്ല. സാരമില്ല. ഇത് പതുക്കെ ശരിയാകും. ഇനി മറ്റേത്. ഇടതാണോ വലതാണോ എന്ന് നോക്കേണ്ട.''

രണ്ടാമത്തെ നേഴ്സ് അയാളുടെ തുടയുടെയും ലിംഗത്തെയും സൂക്ഷ്മമായി പരിശോധിച്ചു അവൾക്ക് അത്ഭുതവും വെറുപ്പും കലർന്ന ഒരു ഭാവമായിരുന്നു. അവളുടെ ശ്രദ്ധക്കുറവ് കണ്ട് ''മിസ്സ്...'' എന്ന് മറ്റവൾ അവളെ വിളിച്ചു. അവൾ പെട്ടെന്ന് ഷീറ്റ് നേരെയാക്കി. എന്തൊക്കെയോ ചിന്തിച്ചുകൊണ്ട് അവൾ അയാളുടെ മുഖത്തെ മസിലുകളും വായുടെ ചലനവും പരിശോധിക്കുന്നത് ശ്രദ്ധിച്ചു നോക്കി. എല്ലാ പരിചാരകരേയും പോലെ അവരും രഹസ്യങ്ങൾ സൂക്ഷിക്കാൻ പ്രതിജ്ഞാബദ്ധരാണ്. ഇന്നേവരെ ആ പ്രതിജ്ഞ പാലിക്കാതെ ഇരുന്നിട്ടില്ല. ഇന്നുവരെ ഈ ചികിത്സാകേന്ദ്രത്തിൽ സാധാരണ രോഗികൾക്ക് പ്രവേശനമുണ്ടായിരുന്നില്ല. ഇത് ഉന്നത വ്യക്തികൾക്കും പ്രത്യേക കേസുകൾക്കും വേണ്ടി മാത്രം വെച്ചി ട്ടുള്ള ഇടമായിരുന്നു.

''നിങ്ങൾക്ക് ഓരോ ദിവസവും ചലനശേഷി വർധിച്ചുവരികയാണ്

വൈകാതെ നിങ്ങൾക്ക് ഒരു വാക്കറിന്റെ സഹായത്താൽ നടക്കുവാൻ സാധിക്കും.'' ഫിസിയോതെറാപ്പിസ്റ്റ് പറഞ്ഞു.

അയാൾ അവരെ രണ്ടുപേരെയും മാറി മാറി നോക്കി. അവർ പോകുവാൻ ഒരുങ്ങുകയായിരുന്നു. അയാൾക്ക് അവരുടെ മുഖഭാവം കണ്ടിട്ട് ചിരി വന്നു. അവരുടെ ഭാഗത്തും ഒരു അനിശ്ചിതത്വം ഉണ്ടായിരുന്നു. ഇപ്രകാരമുള്ള ഒരു അവസ്ഥയിൽ എന്തെങ്കിലും ആശയ വിനിമയം അസാധ്യമായിരുന്നു. അവർ അയാളെ വീൽചെയറിൽ ഇരുത്തി സൈക്യാട്രിസ്റ്റ് ക്ലിനിക്കിൽ കൊണ്ടുപോകുവാൻ ഒരുങ്ങി. ഹാൻസ് മോർസെലെ, അദ്ദേഹത്തിനായിരുന്നു അയാളുടെ മനസ്സും സംസാരശേഷിയും വീണ്ടെടുക്കുവാൻ ചുമതലയുള്ള സൈക്യാട്രിസ്റ്റ്. ആരോ വലിച്ചുകൊണ്ടുപോകുന്ന ഒരു ബാഗ് ആണ് താൻ എന്ന് സെഡറിക്കിനു തോന്നി. ഏതോ പരിചയമില്ലാത്ത അനുഭവങ്ങളുടെ മേലെ പറക്കുന്ന ഒരു തലപോലെ അയാൾക്ക് അനുഭവപ്പെട്ടു.

ഒറ്റയ്ക്കായപ്പോൾ അയാൾ വീണ്ടും വിഷമത്തോടെ കരഞ്ഞുപോയി. അയാളുടെ തലയ്ക്ക് ത്രിമാനരൂപങ്ങൾ മനസ്സിലാക്കാനുള്ള ശേഷി ഉണ്ടായിരുന്നില്ല. പലപ്പോഴും അത് പകുതിയായി മാഞ്ഞുപോയി. ഒരു അർത്ഥവും ഇല്ലാത്ത പോലെ അയാൾക്ക് ഇതെല്ലാം സ്വീകരിക്കുവാനുള്ള മനസ്സ് എന്ന് കിട്ടും. ചില നേരത്ത് ഒട്ടും വിചാരിക്കാത്ത സന്ദർഭങ്ങളിൽ അയാൾക്ക് ബോധം പോകുന്നതുപോലെ തോന്നി. അയാളുടെ തലയ്ക്ക് കീഴെ ഒന്നും ഇല്ലെന്നപോലെ. വേദന മാത്രം ബാക്കിയായി. അംഗചലനങ്ങളും തഴുകലുകളും ഓർമ്മയിൽ നിന്ന് മറഞ്ഞതിന്റെ വേദന. അയാൾക്ക് ഒരു വലിയ കുഴിയിൽ വീണുകൊണ്ട് ഇരിക്കുകയാണെന്നു തോന്നി. തനിക്ക് അറിയാൻ വയ്യാത്ത ഒരു പൊള്ളയായ ശരീരത്തിലേക്ക് ഹൃദയത്തിന്റെ അറ്റം വരെയും ഈയം ഉരുക്കി ഒഴിച്ച പോലെ. ശരീരവും ആത്മാവും ഒന്നാണെങ്കിൽ, തല മാത്രമായ താൻ അവശേഷിക്കുന്നുണ്ടോ എന്ന് സെഡറിക്കിന് സംശയമായി.

പതിനഞ്ച്

വിജയങ്ങൾക്കു പുറകെ അതിനെ കുറച്ചു കാണിക്കാനുള്ള ശക്തികൾ പ്രവർത്തിക്കും എന്നപോലെ ഡോ. ജോർജ്ജിയോ കടാവേരോയ്ക്ക് ശാസ്ത്രമേഖലയിൽനിന്നും ടെലിവിഷൻ ചാനലുകളിൽനിന്നും വലിയ പ്രശംസ ലഭിച്ചപ്പോൾ അത്രയും തന്നെ വിമർശനങ്ങളും വധഭീഷണികളും നേരിടേണ്ടി വന്നു. സമാനരോഗികളുടെ കുടുംബങ്ങളുടെ സഹായത്തിനുവേണ്ടിയുള്ള നിലവിളിയും ദൈവ

ശാസ്ത്രജ്ഞന്മാരുടെ സംശയങ്ങളും ആത്മീയവാദികളുടെ ജീവ ശാസ്ത്രമൂല്യങ്ങളെക്കുറിച്ചുള്ള ചോദ്യങ്ങളും ദയാവധം പിന്തുണ യ്ക്കാത്തവരുടെ പ്രതിഷേധവും എല്ലാം കൂടി കനാവേരോയെ വിഷമവൃത്തത്തിലാക്കി. ഇതിനോടൊപ്പം ചില പഴയ രോഗികൾ അവർക്ക് ശരിയായ പരിചരണം ലഭിക്കുന്നില്ല എന്നു പറഞ്ഞ് കടാ വേരോയുടെ കഴിവിനെയും ആത്മാർത്ഥതയെയും ചോദ്യം ചെയ്തു.

സെറിബ്രൽ ഹെമറേജ് ബാധിച്ച വൃദ്ധനായ ഒരു രോഗിയിൽ പലവിധ ഓപ്പറേഷനുകൾ ചെയ്തശേഷം 'കോമ'യിലായ സംഭവം കടാവേരോയുടെ വിശ്വാസ്യതയ്ക്ക് മങ്ങലേല്പിച്ചു. ഇൻഷുറൻസ് തുക ഉണ്ടായതുകൊണ്ട് കേസുകളിൽ നിന്ന് തലയൂരി. പക്ഷേ, അയാളുടെ പഴയകാലത്തെ പല പിഴവുകൾ പത്രപ്രവർത്തകർ ചിക ഞ്ഞെടുത്തു. മാധ്യമങ്ങളിലെല്ലാം ഇത് അവയവ ടൂറിസവാർത്ത യായി മാറി. പണ്ട് നിലനിന്നിരുന്ന അടിമകളുടെ വിൽപ്പന പോലെ. അവയവ വില്പനയാണ് ഇപ്പോൾ നടക്കുന്നത് എന്നായി മാധ്യമ ങ്ങൾ. കോശങ്ങളുടെ പൊരുത്തത്തെപ്പറ്റി ഷോൺ ദൗസേ നടത്തിയ ഗവേഷണങ്ങൾ പ്രതിരോധശക്തിയിലെ പോരായ്മകൾ പരിഹരി ക്കാനും മാറ്റിവെക്കൽ ശസ്ത്രക്രിയകൾ കൂടുവാനും സഹായിച്ചു. കുറ്റപ്പെടുത്തിയാലും ശരി ബഹുമാനിച്ചാലും ശരി കടാവേരോ നിത്യജീവൻ കൊതിക്കുന്നവർക്ക് ഒരു ദൈവദൂതനായി മാറി. അങ്ങനെ പലരും മരണത്തെതന്നെ മരുന്നുകൾ കൊണ്ട് നശിപ്പിക്കാ വുന്ന ഒരു വൈറസ്സായി കാണുവാൻ തുടങ്ങി. പണക്കാർ എല്ലാവരും ചിരഞ്ജീവിയാകാൻ മോഹിച്ച് തങ്ങളുടെ സ്വത്തിന്റെ ഒരു ഭാഗം കൊടുത്തിട്ട് ചെറുപ്പം നേടാൻ ആഗ്രഹിച്ചു. ആഗ്രഹങ്ങളും ആവശ്യ ങ്ങളും പലവിധത്തിലായിരുന്നു. വയസ്സനായ ഒരു റഷ്യൻ ഭരണാ ധികാരിക്ക് കാൻസർ ബാധിച്ച ഭാഗം മാറ്റണം. യുവത്വമുള്ള ശരീരം മോഹിച്ച് വൃദ്ധന്മാർ. ഇങ്ങനെയുള്ളവർ തങ്ങളുടെ ശരീരം ഏതെ ങ്കിലും വഴിക്ക് പുതുക്കിക്കിട്ടുവാൻ ആഗ്രഹിച്ചു. അതിന് എത്ര കാശ് ചിലവാക്കാനും അവർക്ക് മടിയില്ലായിരുന്നു.

കടാവേരോവിനെ തേടി ആവശ്യക്കാരുടെ വൻതിരക്കായിരുന്നു. എല്ലാവർക്കും എത്രയും വേഗം എങ്ങനെയെങ്കിലും ശരീരം മാറ്റി വെക്കണം. പത്രങ്ങൾ ഈ മാറ്റിവെക്കൽ ശസ്ത്രക്രിയയുടെ സാദ്ധ്യത കളെക്കുറിച്ച് പല അഭ്യൂഹങ്ങളും എഴുതിക്കൊണ്ടിരുന്നു. ലിംഗമാറ്റ ശസ്ത്രക്രിയയിൽ തല്പരരായ സ്ത്രീപുരുഷന്മാർ ഇതിൽ പ്രതീക്ഷ വെച്ചു. തലച്ചോർ മരണം സംഭവിച്ച തന്റെ സഹോദരന്റെ ശരീര ത്തിനായി ഒരു യുവതി ആഗ്രഹിച്ചു. ടെക്സാസിലെ ഒരു കോടീ ശ്വരൻ ഐൻസ്റ്റീൻ, നെൽസൺ മണ്ടേല പോലെയുള്ള പ്രതിഭാ ശാലികളുടെ മരണമില്ലാത്ത ഒരു സാധ്യതയെക്കുറിച്ച് ആലോചി ക്കുന്നുണ്ടായിരുന്നു. അങ്ങനെയാണെങ്കിൽ നമുക്ക് തുടർന്നും ആവശ്യമുള്ള നേതാക്കളുടെ തല ഓരോ ഇരുപതോ മുപ്പതോ കൊല്ലം

കഴിയുമ്പോൾ യുവത്വം തുളുമ്പുന്ന പുതിയ ശരീരത്തിൽ മാറ്റി വെച്ചാൽ മതിയല്ലോ. ഇതുപോലെയുള്ള അനൗചിത്യ ചർച്ചകളും ചിന്തകളും ശക്തമായ പ്രതിരോധങ്ങൾക്ക് വഴിവെച്ചു. ശീതീകരിച്ച, പുനർജീവിക്കേണ്ട തലകളുടെ വലിയ ശേഖരങ്ങളും ശാസ്ത്രീയ മായി വളർത്തിയെടുത്ത അനുയോജ്യമായ തലച്ചോർമരിച്ച ശരീര ങ്ങളും. ഒരു ഭീതിദായകമായ ആലോചനയായിരുന്നു.

ഈ ചിന്താഗതി സമൂഹത്തെ തന്നെ മാറ്റി മറിച്ചു. ഫ്രീസറിൽ സൂക്ഷിച്ച തലയുമായി ജീവിക്കുന്ന, അനീമിയ ബാധിച്ച ഒരു സമൂഹം.

അധികം വൈകാതെ തന്നെ ഓപ്പറേഷൻ കഴിഞ്ഞ് വെറും 53 ദിവസങ്ങൾക്കുശേഷം പ്രൊഫ. കടാവേരോ കുറച്ചു വീഡിയോകളും പോസ്റ്റുകളും പുറത്ത് വിട്ടു. ലോകത്തിന് ആ അത്ഭുതമനുഷ്യനെ മുഴുവനായി കാണണമായിരുന്നു പറ്റുമെങ്കിൽ നഗ്നനായി, ജീവൻ ഉള്ളതായും. എല്ലാവരും വിശ്വസിച്ചിരുന്നത് അധികം താമസിയാതെ ഒരു ദിവസം ആ അവയവമാറ്റം നടത്തിയ മനുഷ്യൻ തന്റെ ആത്മാ വിനെ മറ്റൊരു മനുഷ്യന്റെ ഹൃദയത്തിൽനിന്നും വിടുവിച്ച് യാത്ര യാകും എന്നാണ്. എന്തൊക്കെ സംഭവിച്ചാലും അതൊരു വലിയ ശാസ്ത്ര പുരോഗതി തന്നെയാണ്. കടാവേരോയ്ക്ക് വെബേഴ്സണെ കാണുവാൻ എത്രയും പെട്ടെന്ന് ജനീവയിൽ പോകേണ്ടിയിരുന്നു. സാമ്പത്തിക ഇടപാടുകളുടെ കണക്കുകളും ഇൻഷുറൻസുമായി ബന്ധപ്പെട്ടായിരുന്നു. അതോടൊപ്പം റയുൾട് മില്ലെർ ക്ലിനിക്കിലേക്കുള്ള യാത്രയും മുന്നിൽ കണ്ടു. സെഡറിക്കിനെ ഈ ആശുപത്രിയിൽ പ്രവേശിപ്പിച്ചശേഷം കടാവേരോയുടെ മൂന്നാമത്തെ സന്ദർശനമായി രിക്കും ഇത്. തന്റെ രോഗിയുടെ പ്രതിരോധശക്തി വർദ്ധിച്ചെന്നും അടുത്തുതന്നെ ചലനശേഷി വീണ്ടുകിട്ടുമെന്നും അയാൾ അറിഞ്ഞി രുന്നു. മാധ്യമങ്ങൾക്കു മുന്നിൽ താമസിയാതെ തന്റെ നേട്ടത്തിന്റെ തെളിവ് പ്രദർശിപ്പിക്കാൻ കഴിയുമെന്ന് കടാവേരോ മനസ്സിലാക്കി. ഇതായിരിക്കും ആ ചെറുപ്പക്കാരനായ സെഡറിക് അലൻ വെബേ ഴ്സണിന്റെ വൈദ്യശാസ്ത്രത്തിലെ അത്ഭുതമനുഷ്യൻ എന്ന അവ താരത്തിന്റെ തുടക്കം.

പതിനാറ്

ഭീമമായ മഞ്ഞുവീഴ്ച മൗണ്ട് ദൗ പർവതത്തിനു മുമ്പിലായി കിട ക്കുന്ന താഴ്വാരത്തെ അപ്രത്യക്ഷമാക്കി. റയുൾട് മില്ലെറിലേക്കു നയിക്കുന്ന വഴികൾ മഞ്ഞിനാൽ മൂടപ്പെട്ടു. അതു മാറ്റുവാൻ രണ്ടു യന്ത്രങ്ങൾ നിരന്തരപ്രവർത്തനം നടത്തി. ഒന്നിന്റെ ശബ്ദകോലാഹലം

ഒരു ഹെലികോപ്ടറിന്റെ ശബ്ദത്തിൽ മങ്ങിപ്പോയി. ഹോസ്പിറ്റലിലേക്ക് വരാനായി അത്യാവശ്യഘട്ടങ്ങളിൽ ഹെലികോപ്റ്ററുകളും ഉപയോഗിച്ചിരുന്നു. ചില്ലുജനാലയിലൂടെ പുറത്തേക്ക് നോക്കിക്കൊണ്ടിരുന്ന സെഡറിക്, ഡോക്ടർ മോർസലേ പറയുന്നത് കേട്ടുകൊണ്ടിരുന്നു. ഇയാൾ തന്നെ എന്തൊക്കെയോ പറഞ്ഞ് മനസ്സിലാക്കുവാൻ ശ്രമിക്കുകയാണ്.

‘‘നിങ്ങളുടെ അച്ഛന്റെ ഓഫീസിൽനിന്ന് ഇന്നലെ വളരെ വ്യക്തമായ ചില നിർദ്ദേശങ്ങൾ വന്നിട്ടുണ്ട്. നിങ്ങൾക്ക് എല്ലാ കഴിവുകളും തിരിച്ചു കിട്ടുമ്പോൾ മാത്രമേ നിങ്ങൾ കടാവേരോയുടെ താളത്തിനൊത്ത് തുള്ളേണ്ടൂ. ഇന്നലെ നടന്നത് വളരെ അപലപനീയമായിരുന്നു. നിങ്ങളുടെ ആരോഗ്യത്തിന് വലിയ കോട്ടം തട്ടാവുന്ന തരത്തിലുള്ള ബഹളമായിരുന്നു.’’

സൈക്യാട്രിസ്റ്റിന്റെ മുഖം വളരെ ഗൗരവം നിറഞ്ഞതായി.

‘‘എല്ലാം അവർ അലങ്കോലമാക്കി.’’ അയാൾ വീണ്ടും പറഞ്ഞു.

‘‘ഇന്നലെ നടന്ന പ്രസ് കോൺഫ്രൻസ് ഈ സ്ഥാപനത്തിന്റെ മാനേജ്മെന്റ് ഒട്ടും പ്രതീക്ഷിച്ചിരുന്നില്ല. ഡോ. കടാവേരോയെ പത്രപ്രവർത്തകർ പൊതിഞ്ഞിരുന്നു. പക്ഷേ നിരവധി ഹെലികോപ്റ്ററുകളിൽ എത്തിയ അസംഖ്യം പത്രപ്രവർത്തകരെ നിയന്ത്രിക്കാൻ അദ്ദേഹത്തിനു കഴിഞ്ഞില്ല.’’ ബന്ദിയാക്കപ്പെട്ട ഒരാളെപ്പോലെ സെഡറിക്കിനു തോന്നി. തുടക്കത്തിൽ താൻ ഏതോ ടിവി മത്സര പരിപാടിയിൽ പങ്കെടുക്കുന്നതുപോലെ തോന്നിയെങ്കിലും പിന്നെപ്പിന്നെ വിചാരണ നേരിടുന്ന ഒരു കുറ്റവാളിയുടെ ഭാഗമായിരുന്നു തനിക്ക് എന്ന് അനുഭവപ്പെട്ടു. ഭാഗ്യത്തിന് രാത്രിയിലെ കനത്ത മഞ്ഞുവീഴ്ച കൂടുതൽ ആളുകളെ ഇവിടേക്ക് എത്തിച്ചില്ല.

‘‘നിങ്ങൾ അങ്ങനെ അറിയപ്പെടുന്ന ഒരു വ്യക്തിയായി മാറി.’’

ഡോക്ടർ മോർസലേ ദീർഘനിശ്വാസത്തോടെ പറഞ്ഞു. സെഡറിക് സൈക്യാട്രിസ്റ്റിന്റെ മുഖത്തേക്കു നോക്കിയില്ല. അയാൾക്ക് ഒന്നും മനസ്സിലായില്ല. തനിക്ക് ഇപ്പോൾ ഒരു വ്യക്തിത്വം ഉണ്ടോ? താൻ ഒരു വ്യക്തി തന്നെയല്ല. വേറൊരു മനുഷ്യന്റെ ശരീരമുള്ളതുകൊണ്ട് ജീവിക്കുന്നു എന്നു മാത്രം. അയാൾ തന്റേതെന്ന് പറയുന്ന കൈകളിൽ പോലും നോക്കാൻ ധൈര്യം കാണിച്ചില്ല. ഇടയ്ക്കിടയ്ക്ക് ഭയത്തോടെ നോക്കിയ ഒരു ഭാഗം തന്റെ മുഖമായിരുന്നു. ഇതുമാത്രം തന്റേതെന്ന് വിശ്വസിച്ച് അയാൾ സ്വീകരിച്ചു. മുഖത്തും നെറ്റിയിലും കവിളിലും ഭാവവ്യത്യാസം ഉണ്ടായിരുന്നെങ്കിലും തല അയാളുടെ തന്നെയായിരുന്നു. പക്ഷേ, അതിരുന്നിരുന്ന നട്ടെല്ല് വേറെയേതോ ജീവിയുടേതല്ലേ.

സൈക്യാട്രിസ്റ്റ് പറഞ്ഞു. ''ഈ തലചുറ്റലും കേൾവിക്കുറവും കാഴ്ചയിലെ തകരാറുകളും എല്ലാം ഈ ഒരു ശസ്ത്രക്രിയയ്ക്ക്ശേഷം ഉണ്ടാകുന്നത് ശരീരവും ശിരസ്സും തമ്മിലുള്ള ഡാറ്റ വിനിമയത്തിലുള്ള പ്രാരംഭപ്രശ്നങ്ങൾ മൂലമാണ്. കഴിഞ്ഞ പരിശോധനയിൽ താങ്കൾക്ക് ഒരു നെർവ് സംബന്ധമായ പ്രശ്നവും കണ്ടില്ല. നിങ്ങൾ ഭയക്കേണ്ട. നിങ്ങൾക്ക് ശരീരവുമായി ഒരുമിക്കാൻ കഴിയും. അതിന്റെ ഗുരുത്വാകർഷണകേന്ദ്രവുമായി നിങ്ങൾ ഇണങ്ങും.''

ഇങ്ങനെ പറഞ്ഞപ്പോൾ ഡോക്ടറുടെ തൊണ്ട ഇടറി. തനിക്ക് മുമ്പിലിരിക്കുന്ന ഈ പ്രതിഭാസം, ശാസ്ത്രം ഇന്നേവരെ കണ്ടിട്ടില്ലാത്ത ഒരു സംഭവം ആണ്. അയാൾക്ക് തന്റെ പുതിയ ശരീരം സ്വീകരിക്കുവാൻ നല്ല ബുദ്ധിമുട്ടുണ്ടാകും. പക്ഷേ അത് സംഭവ്യമായാൽ അയാൾക്ക് അതിനെ നിയന്ത്രിക്കുവാൻ ഒട്ടും ക്ലേശം ഉണ്ടാവില്ല.

ഇത്ര ചെറിയ ഒരു മനുഷ്യന്റെ തലയ്ക്ക് അതിന്റെ ബോധം മുഴുവനായും നിലനിർത്താൻ കഴിഞ്ഞാലും ദാനം കിട്ടിയ ഒരു കൂറ്റൻ ശരീരവുമായി തുന്നിച്ചേർക്കുന്നതിനോട് പൊരുത്തപ്പെട്ടുപോകാൻ എങ്ങനെ കഴിയും? ഡോ. ഹാൻസ് മോർസലേയ്ക്കു തോന്നുന്നുണ്ടായിരുന്നു അമേരിക്കക്കാർക്ക് പ്രിയങ്കരമായ മൾട്ടിപ്പിൾ പേഴ്സണാലിറ്റി സിൻഡ്രോം എന്ന മനോരോഗത്തിന്റെ ഒരു പുതുമയുള്ള കേസായി ഇത് രേഖപ്പെടുത്തേണ്ടി വരുമെന്ന്.

''നിങ്ങളുടെ ശരീരത്തിന്റെ ബുദ്ധിമുട്ട് ഇലക്ട്രിക് സ്റ്റിമുലേഷനു ശേഷം കുറയുന്നുണ്ടോ?''

സെഡറിക് തോളുകൾ ഉയർത്തി. അയാളുടെ ഉള്ളിലെ വേദന അയാളുടെ സകല തോന്നലുകളും ഇല്ലാതാക്കി. ഉണർന്നിരിക്കുമ്പോഴും ഉറങ്ങുമ്പോഴും. ഒരു ചെറിയ സ്പർശം പോലും ചിലപ്പോൾ വലിയ വേദന ഉണ്ടാക്കി. അതിനെ സൈക്കോ ഫിസിയോളജിക്കൽ ആയ ഒരു പ്രകടനം എന്ന് പറയുന്നതിൽ ഒരു അർത്ഥവും ഇല്ലായിരുന്നു. അത് ഒരു വിഭ്രാന്തി അല്ലായിരുന്നു. അയാളുടെ ഉള്ളിൽ കടന്നുകൂടിയ ഭൂതം തന്റെ ശരീരത്തെ മുഴുവനായും ബാധിച്ച പോലെയാണ് അയാൾക്കു തോന്നിയത്.

''താങ്കൾ എന്താണ് പറയാൻ ആഗ്രഹിക്കുന്നത്?'' ഡോക്ടർ ചോദിച്ചു.

''ഒരു മരിച്ച മനുഷ്യൻ ജീവനുള്ള ആളുടെ സ്ഥാനം ഏറ്റെടുത്ത പോലെയാണ് എനിക്കു തോന്നുന്നത്.''

ഡോക്ടർ എന്തു പറയണമെന്ന് ആലോചിച്ചു. സാധാരണ അവയവമാറ്റങ്ങളിൽ ഞെരമ്പിന്റെ അറ്റങ്ങൾ കൂടിച്ചേരാതെ വേദന ഉണ്ടാക്കാം. പക്ഷേ, ഇവിടെ പൂർണശരീരം ഒരു ഞരമ്പും വിടാതെ

കൂട്ടിച്ചേർത്തതാണ്. എന്നിട്ടും വേദനിക്കുന്നുണ്ടെങ്കിൽ തലച്ചോറ് ശരീരത്തെ സ്വീകരിച്ചശേഷം നട്ടെല്ലിലൂടെ ആ പ്രതിസന്ധി വേദനയായി പരത്തുന്നതാവും.

''നിങ്ങൾക്ക് നട്ടെല്ലിൽ എന്താണ് അനുഭവപ്പെടുന്നത്?''

''എന്റെ ശസ്ത്രക്രിയയ്ക്ക് ശേഷമുള്ള അവസ്ഥയാണ് നിങ്ങൾ ഉദ്ദേശിച്ചത് എങ്കിൽ, അത് കണ്ടാമൃഗത്തിനെ വിഴുങ്ങിയ ഒരു മലമ്പാമ്പിനെപ്പോലെയാണ്.''

തിരിച്ചു നഴ്സിന്റെ കൂടെ വാക്കറിന്റെ സഹായത്താൽ പതുക്കെ നടന്ന് മുറിയിൽ തിരിച്ചെത്തിയപ്പോൾ, ഡോക്ടറുടെ വാക്കുകൾ സെഡറിക് ഓർത്തു. ''നിങ്ങളുടെ വേദനയെ ഓർമ്മകളുടെ സഹായത്താൽ വിവരിക്കാൻ സാധിക്കുന്നുണ്ടെങ്കിൽ അതുതന്നെ ഒരു വലിയ പുരോഗതിയാണ്.''

പതിനേഴ്

കടുത്ത തണുപ്പ് മഞ്ഞിനെ ഐസ് ആക്കി മാറ്റിയിരുന്നു. തീരങ്ങളിൽ ഐസ് കട്ട പിടിച്ചിരുന്ന ജനീവ തടാകം നീലാകാശത്തിനു താഴെ തിളങ്ങിനിന്നു. മുറിയുടെ ജനലിലൂടെ ജനീവയുടെ പടിഞ്ഞാറു ഭാഗം കാണാമായിരുന്നു. ജ്യുറയുടെ താഴ്വാരം പ്രഭാതത്തിലെ വെളിച്ചത്തിൽ തിളങ്ങി നിന്നു.

ലോർണയ്ക്ക് രാത്രിയിൽ ഉറങ്ങാൻ കഴിയാത്തതിനാൽ ഈ കാഴ്ചകളെ ഒരു സ്വപ്നം പോലെയാണ് കണ്ടത്. തലേന്ന് രാത്രി അവൾ തീരുമാനിച്ചതാണ്. ഈ സ്ഥലത്തുനിന്ന് മാറണം. കുറച്ചു കാലത്തേക്കെങ്കിലും. ഇത്രയും ഇടവേളയ്ക്കുശേഷം താൻ ജോലി ചെയ്തിരുന്ന പ്രസ് ഏജൻസി തനിക്ക് യെമനിലേക്കുള്ള ഒരു യാത്രയ്ക്കുള്ള അനുമതി നൽകിയിരിക്കുകയാണ്. അവിടെ ഉടനീളം ഗോത്രവർഗ്ഗക്കാരുടെ പ്രക്ഷോഭങ്ങളായിരുന്നു. ഇസ്ലാമിക വിപ്ലവകാരികളും ന്യൂനപക്ഷക്കാരും സൗദി അറേബ്യയുടെ സഹായത്തോടെയുള്ള ഔദ്യോഗിക പട്ടാളവും തമ്മിൽ ഏറ്റുമുട്ടലുകൾ നടക്കുകയായിരുന്നു. ഈ ജോലിയിലുള്ള തന്റെ അപകടസാധ്യതകൾക്ക് തന്നെ ഇപ്പോഴത്തെ വിഷാദസ്ഥിതിയിൽ നിന്നും മോചിപ്പിക്കാൻ കഴിയും. അവൾ അഞ്ചു വർഷം മുന്നേ ബാഗ്ദാദിൽ നിന്ന് തിരിച്ചെത്തിയപ്പോഴാണ് സെഡറിക്കിനെ ഓഫീസിൽ നടന്ന ഒരു പാർട്ടിയിൽ വച്ച് കണ്ടുമുട്ടിയത്. അവൾ സെഡറിക്കിനോട് ബാഗ്ദാദിലെ പള്ളിയിൽ ഉണ്ടായ ബോംബ് സ്ഫോടനത്തിൽ നിന്ന് താൻ കഷ്ടിച്ച് രക്ഷപ്പെട്ട കഥ പറഞ്ഞപ്പോൾ അയാൾ ഒരിടത്തു തന്നെയിരുന്ന്

ചെയ്യുന്ന അയാളുടെ സ്വന്തം ജോലിയുടെ സുഖലോലുപതയിൽ വിഷമം പ്രകടിപ്പിച്ചു. പക്ഷേ സത്യത്തിൽ അയാളുടെ നില തന്നേക്കാൾ കഷ്ടമായിരുന്നു. അയാളുടെ എഴുത്ത് ഉയർന്ന തലത്തിൽ വരെ ശത്രുക്കളെ ഉണ്ടാക്കി. കോടതിയിൽ കേസുകൾ, ഭീഷണികൾ, ആക്രമണങ്ങൾ, ബ്ലാക്ക്മെയിൽ എല്ലാം അയാൾ നേരിട്ടുകൊണ്ടിരുന്നു.

തലേദിവസം ജനീവയിൽ സെഡറിക്കിന്റെ അച്ഛനെ വലിയ ആ സ്വീകരണമുറിയിൽ വെച്ച് തനിച്ച് കണ്ടുമുട്ടിയപ്പോൾ അവൾക്ക് ചോദിക്കാതിരിക്കാൻ കഴിഞ്ഞില്ല. എന്താണ് മകനുമായിട്ടുള്ള ഈ വലിയ അഭിപ്രായവ്യത്യാസം എന്നും എന്തിനാണ് അയാൾ ഇത്രയധികം പണം ഇതിനുവേണ്ടി ചെലവാക്കുന്നതെന്നും.

ഒരു പുഞ്ചിരിയോടെ ആ വയോധികൻ മോറിസ് അലൻ വെബേഴ്സൺ, തന്നെ ഡിന്നറിനു ക്ഷണിച്ചു. ആ സമയം ജനീവ തടാകത്തിൽ തിരകൾക്കു മേലെ മഞ്ഞു വീഴുകയായിരുന്നു.

‘‘എന്തിനാണ് സെഡറിക്, കുടുംബവുമായുള്ള എല്ലാ ബന്ധവും ഉപേക്ഷിച്ചു പോയത്, നിങ്ങളുടെ ബിസിനസ്സിലെ പ്രവർത്തികൾ കാരണമാണോ?’’

എം.എ.ഡബ്ല്യൂവിന്റെ ഉടമസ്ഥൻ പ്രയാസത്തോടെ തലയാട്ടി.

‘‘ആയിരിക്കാം. നിങ്ങൾ അയാൾ എഴുതിയത് വായിച്ചു കാണുമല്ലോ? വളരെ ഗൗരവമേറിയ ആരോപണങ്ങളാണ് ഞങ്ങളുടെ നേർക്ക് ഉന്നയിച്ചിട്ടുള്ളത്.’’

‘‘അയാൾ ചെയ്തത് തെറ്റാണോ?’’ അവിടെ ഭക്ഷണം കൊണ്ടുവന്ന ബട്ളറെ നോക്കിക്കൊണ്ട് ലോർണ ചോദിച്ചു,

‘അയാളെ സംബന്ധിച്ച് ഫാർമസ്യൂട്ടിക്കൽ വ്യവസായം മുഴുവനായും ഒരു അന്താരാഷ്ട്ര ക്രിമിനൽ ഏജൻസിയാണ്. ജനങ്ങളുടെ ആരോഗ്യത്തിനെതിരെ പ്രവർത്തിക്കുന്നവർ അങ്ങനെയാണെങ്കിൽ ഒരു ഡസൻ ഗുളികകൾ ദിവസവും കഴിക്കുന്ന ഞാൻ എന്റെ സ്ഥാപനത്തിന്റെ ഇരയാണെന്നാണോ?’’

ഇങ്ങനെ ന്യായീകരിക്കുന്നത് കേട്ട് ലോർണയുടെ മുഖത്ത് പുഞ്ചിരി വിടർന്നു.

ഫാർമ കമ്പനികളുടെ തെറ്റായ നടപടികളെ പുറത്തു കൊണ്ടുവരുമ്പോൾ സെഡറിക് ഒട്ടും ദാക്ഷിണ്യം കാട്ടിയിരുന്നില്ല. അവരുടെ കളവായ പഠനങ്ങളും രാഷ്ട്രീയക്കാരേയും വിദഗ്ധരേയും കൈക്കൂലി നൽകി തങ്ങൾക്ക് അനുകൂലമാക്കുന്നതും ദ്വീപുകളിൽ വച്ച് നടത്തുന്ന ഫാർമസിസ്റ്റുകളുടെ ആഡംബര സമ്മേളനങ്ങളും കൃത്രിമമായി സൃഷ്ടിച്ച പാർശ്വഫലങ്ങളിലൂടെ പുതിയ മരുന്നുകളുടെ വിപണനവും ആഫ്രിക്കയിലും ലാറ്റിൻ അമേരിക്കയിലും ഉള്ള പട്ടിണി

പ്പാവങ്ങളെ പുതിയ മരുന്നുകൾ പരീക്ഷിക്കാൻ ഉപയോഗിക്കുന്നതും എല്ലാം.

''നിങ്ങൾ ചിരിക്കുന്നതായി കാണുന്നല്ലോ.'' വെബേഴ്സൺ പറഞ്ഞു. ''ഞാൻ ഈ ഇൻഡസ്ട്രിയുടെ ചെറിയ ഒരു ഭാഗം മാത്ര മാണ്. ആർക്കും നിയന്ത്രിക്കാൻ കഴിയാത്തത്ര വലുതാണത്. ഇനിയും വലുതാവാൻ മാത്രം ലക്ഷ്യം വെച്ചിട്ടുള്ള ഈ മേഖല ശരിയാണ്. ആത്മാവില്ലാതെ തലച്ചോർ കൊണ്ടുമാത്രം പ്രവർത്തി ക്കുന്ന ഒരു യന്ത്രം. പക്ഷേ ഈ ലോകത്തിൽ ആർക്കും ഒരു ധനതത്ത്വ ശാസ്ത്രത്തിനെ കടിഞ്ഞാണിടാനാകില്ല.''

തടാകത്തിലേക്ക് നോക്കിനിന്ന ലോർണ അവിടെയുണ്ടായിരുന്ന ഐസ് രൂപങ്ങളെ മനസ്സിലാക്കുവാൻ ശ്രമിച്ചു. അതിൽ ഒരെണ്ണം ശരിക്കും ഒരു സ്റ്റാച്യൂ പോലെയായിരുന്നു. ഈ കാലാവസ്ഥയിൽ റോമിലേക്കുള്ള യാത്ര മാറ്റിവെക്കണോ എന്ന് അവൾ ചിന്തിച്ചു. എമിലിയോയെ കാണുവാൻ തനിക്ക് അത്രയ്ക്ക് ആഗ്രഹമുണ്ടോ? തന്റെ ടിക്കറ്റ് മാറ്റി യെമനിലേക്ക് പോകാമെന്ന് അതിനുമുമ്പ് അവൾ നിശ്ചയിച്ചിരുന്നു. ഇന്ന് ഒരു രാത്രി ഹോട്ടലിൽ നന്നായി ഉറങ്ങണം. തലേദിവസം മോറിസ് ഇരുപതാം വയസ്സിലുള്ള സെഡറിക്കിന്റെ ഒരു ചിത്രം തനിക്ക് നൽകിയിരുന്നു. ഒരു ബീച്ചിൽ സ്വിം സ്യൂട്ട് അണിഞ്ഞു നിൽക്കുന്ന അവനിൽ യുവത്വം തുളുമ്പി നിന്നിരുന്നു. ഭാവിയെക്കുറിച്ച് പ്രതീക്ഷകളുള്ള ഒരു മനസ്സും അതിൽ കാണുന്നു ണ്ടെന്ന് അവൾക്കു തോന്നി. ആ സമ്മാനത്തിനുശേഷം എന്തെങ്കിലും ഒരു തുറന്ന സംസാരം ലോർണ പ്രതീക്ഷിച്ചു. അപകടത്തിന് തൊട്ട ടുത്ത ദിവസം തന്നെ വിവരം അയാളെ അറിയിച്ചതിനും മൂന്നു മാസങ്ങൾക്ക് ശേഷം ജനീവയിലേക്ക് അയാളെ കാണാൻ വന്ന തിനും ഉള്ള നന്ദി പ്രകടനം ആയിരുന്നു അത്.

''സെഡറിക് എന്റെ ഏകമകനാണ്. അവൻ എന്നെ വെറു ത്താലും അവൻ എന്റെ മകനാണ്. അവൻ എന്നിൽ നിന്ന് അകന്നു പോയാലും ഞാൻ അവനെ സ്നേഹിക്കുന്നുണ്ടായിരുന്നു. അവന്റെ അമ്മയുടെ ദുർമരണത്തിനുശേഷം അവൻ എന്നിൽ നിന്ന് അകന്നു. അതൊന്നും അവൻ നിന്നോട് ഒരുപക്ഷേ പറഞ്ഞിട്ടുണ്ടാവില്ല അവൾ എന്റെ മുന്നിൽ വച്ചാണ് ജനാലയിൽ നിന്ന് ചാടി ആത്മഹത്യ ചെയ്തത്. സെഡറിക് അതൊരു ആത്മഹത്യയായിരുന്നു എന്ന് വിശ്വസിക്കുന്നില്ല. പന്ത്രണ്ടാം വയസ്സിൽ എങ്ങനെ വിശ്വസിക്കുവാൻ കഴിയും അമ്മ ആത്മഹത്യ ചെയ്യും എന്ന്. അവൾ അതിനും കുറ ച്ചു ദിവസം മുമ്പ്, തൂങ്ങിമരിക്കാൻ ഒരു ശ്രമം നടത്തിയിരുന്നു. അതി നാൽ അവളുടെ മരണത്തിൽ എന്നെ ആരും കുറ്റപ്പെടുത്തിയില്ല. പക്ഷേ അവൻ എന്നിൽ നിന്നും വല്ലാതെ അകുന്നു. പിന്നെ ഞങ്ങൾ ഒരു വാക്കു പോലും സംസാരിച്ചിട്ടില്ല. പഠിത്തം കഴിഞ്ഞ് അവൻ

അപ്രത്യക്ഷനായി. കുറേക്കാലം എടുത്തു അവനെ കണ്ടെത്തുവാൻ. അവന്റെ പേര് മാറ്റവും ഞാൻ അറിഞ്ഞു. ഞാൻ അവനെ ഒരിക്കലും വിട്ടു പോയിട്ടില്ല. അവൻ അറിയാതെ ഞാൻ അവനെക്കുറിച്ച് എല്ലാം അറിയുന്നുണ്ടായിരുന്നു. ആ കപ്പൽയാത്രയുടെ കാര്യം ഒഴിച്ച്. നിങ്ങളുടെ പെട്ടെന്നുള്ള ആ തീരുമാനം കാരണം എനിക്ക് അവനെ രക്ഷിക്കാനായില്ല. അതിൽ എനിക്ക് നിന്നോട് ദേഷ്യമുണ്ട്.''

അവൾ അലോസരത്തോടെ ചോദിച്ചു. ''നിങ്ങൾക്ക് എങ്ങനെ ആകസ്മികമായ ഒരു അപകടം ഇല്ലാതാക്കാൻ സാധിക്കും?''

തീരെ പ്രക്ഷുബ്ധനാകാതെ ആ വയോധികൻ പറഞ്ഞു. ''പണത്തിന് എല്ലാം സാധിക്കും അത് മനസ്സിലാക്കൂ. പക്ഷേ സംഭവിച്ചത് അതിദാരുണമാണ്. എന്റെ മകന് അവന്റെ സ്വന്തം ശരീരം നഷ്ടപ്പെട്ടിരിക്കുന്നു. ജനിതകമായി ചിന്തിച്ചാൽ ഇപ്പോൾ അവൻ എന്റെ മകൻ അല്ല. നീ മനസ്സിലാക്കുന്നുവോ. അവനിൽ നിന്ന് നിനക്ക് കുട്ടികൾ ഉണ്ടായാൽ അത് വേറൊരു മനുഷ്യന്റെ കുട്ടിയാകും.''

ലോർണ അവിശ്വസനീയമായ ഈ ചിന്താഗതി കേട്ട് ഞെട്ടി. സ്വന്തം വംശപാരമ്പര്യത്തിൽ മാത്രമാണ് പണക്കാർക്ക് ഉത്കണ്ഠ. ഇതെല്ലാം കേട്ട് അവൾക്ക് തല പെരുക്കുന്നപോലെ തോന്നി. മനം പുരട്ടിയ അവൾ അവിടെ നിന്നെഴുന്നേറ്റ് വേഗം മുറിയിലേക്ക് പോയി. ഭക്ഷണം കഴിച്ചതെല്ലാം ഛർദ്ദിച്ചു. പുറത്ത് ഐസിൽ പൂർണ്ണചന്ദ്രന്റെ തിളക്കം. ഉറങ്ങാൻ കിടന്ന അവൾ എല്ലാം മറക്കുവാൻ ശ്രമിച്ചു. അവൾ നഗ്നനായ സെഡറിക് തന്റെ പുതപ്പിനടിയിൽ വന്ന് കൂടെ കിടക്കുന്നതായി സ്വപ്നം കണ്ടു.

അടുത്തദിവസം ലോർണയുടെ ലഗേജ് ഒരു പോർട്ടർ ഇറക്കിവെച്ചു. ഇറങ്ങാറായപ്പോൾ ഒരു കാർ അവിടെ വന്നു നിന്നു. അത് മോറിസ് ആയിരുന്നു. പോകുന്നതിനു മുമ്പ് അയാൾക്ക് ലോർണയോട് യാത്ര പറയണമായിരുന്നു. അയാൾക്ക് കിട്ടിയ ഒരു സൗഭാഗ്യമാണ് അവളെന്ന് അയാൾ കരുതി. അയാൾക്ക് അവളെപ്പറ്റി എല്ലാം അറിയാമായിരുന്നു. അവളുടെ അടുത്തകാലത്തെ അവിഹിതബന്ധങ്ങളടക്കം. എങ്കിലും അയാൾക്ക് അവളെ ഇഷ്ടമായിരുന്നു. അവളുടെ നിസ്വാർത്ഥമായ ആത്മാർത്ഥതയായിരുന്നു അതിനു കാരണം.

''ശരി ലോർണ, ഇടയ്ക്ക് എന്നെ കാണുവാൻ വരണം. എനിക്ക് നിന്നെ വിശ്വാസമാണ്. നീ എന്റെ മകനെ ഉപേക്ഷിക്കില്ല എന്ന് എനിക്കറിയാം. അവന് എന്നെ ഇഷ്ടമില്ല എങ്കിലും ഞാൻ നിന്നോട് ഒരു രഹസ്യം പറയാം. ഇപ്പോൾ അവന്റെ മുറിച്ചു മാറ്റപ്പെട്ട ശരീരം കുടുംബക്കല്ലറയിൽ അവന്റെ അമ്മയോടൊപ്പം ഉണ്ട്.''

ഈ വെളിപ്പെടുത്തൽ കേട്ട് അവൾ അത്ഭുതപ്പെട്ടു.

''നിങ്ങളുടെ ഈ മകൻ എന്തെങ്കിലും കാരണത്താൽ മരണപ്പെട്ടാൽ അയാളുടെ ശരീരം എന്തു ചെയ്യും?''

''ഞാൻ അവന്റെ തലയും ഇപ്പോൾ സൂക്ഷിച്ചിരിക്കുന്ന ശരീരവും ഒന്നിച്ചുചേർത്ത് കുടുംബക്കല്ലറയിൽ വെക്കും.'' അയാൾ ശാന്തമായി പറഞ്ഞു. ''എന്നെപ്പോലൊരു മനുഷ്യന് എന്തിനും അനുവാദം ലഭിക്കും. ഞാൻ അവന്റെ തല കൂട്ടി വെച്ചിട്ട് അവന്റെ പേരും എന്റെ പേരിനോടൊപ്പം കല്ലറയിൽ ചേർക്കും. നിനക്ക് തോന്നുന്നുണ്ടോ ഞാൻ അവനെ അതിജീവിക്കും എന്ന്. ഞാൻ അതിനു മുന്നേ പോകുമായിരിക്കും. അങ്ങനെയെങ്കിൽ നീ അവനെ നന്നായി നോക്കണം. എനിക്കറിയാം, നിനക്ക് അവനോട് സ്നേഹമുണ്ടെന്ന്. അവനാണ് ഈ ലോകത്തിൽ എന്റെ സ്വത്തിന്റെ ഏക അവകാശി. എനിക്ക് മറ്റാരെയും വിശ്വാസമില്ല. എന്റെ ബിസിനസ് പങ്കാളികളെ പോലും. ഞാൻ വേറൊരു രഹസ്യം പറയാം, എന്റെ മകന്റെ തലയിൽ തൊട്ട് സത്യം ചെയ്യണം, നീ അത് ഒരിക്കലും മറ്റാരോടും പറയില്ലെന്ന്...''

പതിനെട്ട്

ട്രിയേസ്ത പ്രവിശ്യയിൽ അഡ്രിയാടിക് കടലിലേക്ക് തള്ളിനിൽക്കുന്ന ഒരു ഉയർന്ന മുനമ്പിലുള്ള കാടുകൾക്കിടയിൽ ആയിരുന്നു ഡോക്ടർ എമിൽ ഷോലർ ക്ലിനിക്. രോഗവിമുക്തിക്കുശേഷം വിശ്രമം വേണ്ടവർക്കുള്ള ഒരു സ്ഥലമായിരുന്നു അത്. പ്രശസ്തരും പലതരം ഭീഷണികൾ അഭിമുഖീകരിക്കുന്നവരും രഹസ്യമായി ചികിത്സ തേടി, വളരെ സുരക്ഷിതമായ ആ ഹോസ്പിറ്റലിൽ എത്താറുണ്ട്. റയുൾട് മില്ലാർ റിസോർട്ടിൽ നടന്ന ടെലിവിഷൻ കോൺഫ്രൻസിനു ശേഷം സെഡറിക്കിനെ എത്രയും പെട്ടെന്ന് ശല്യപ്പെടുത്തുന്നവരിൽ നിന്ന് ഏറ്റവും ദൂരെ ആക്കുക. അതായിരുന്നു ഏറ്റവും അത്യാവശ്യം. മോറിസിന്റെ അനുചരനായ ഡോക്ടർ സെർവിൽ ഓരോ കാര്യവും സസൂക്ഷ്മം നോക്കി നടത്തിയിരുന്നു. അദ്ദേഹത്തിന്റെ ദൗത്യം രോഗിയുമായി നേരിട്ട് ബന്ധപ്പെടാതെ തന്നെ അയാൾക്ക് ഏറ്റവും മികച്ച സേവനം ഉറപ്പുവരുത്തുക എന്നത് ആയിരുന്നു. ശതകോടീശ്വരനായ ഒരു ഫാർമസ്യൂട്ടിക്കൽ സ്ഥാപനത്തിന്റെ ഉടമസ്ഥന്റെ മകന് ഇത്തരം സേവനങ്ങൾ ഉറപ്പു വരുത്തുവാൻ ഒട്ടും പ്രയാസമുണ്ടായിരുന്നില്ല.

ലഭിച്ചുകൊണ്ടിരുന്ന കൂടിയ സുഖസൗകര്യങ്ങളിലും ശുശ്രൂഷയിലും അതിനകം സെഡറിക് പൊരുത്തപ്പെട്ടിരുന്നു. പക്ഷേ ചുറ്റുപാടുകളുമായി, പുറംലോകവുമായി ബന്ധപ്പെടുത്താൻ അയാൾ

പാടുപെട്ടു. ആ ശ്രമങ്ങളും അതിനെടുക്കുന്ന സമയവും വ്യർത്ഥ മാണെന്ന് അയാൾക്ക് തോന്നി.

മുന്നിലുള്ള കടലും കാടുപിടിച്ചതും ഇരുണ്ടതും ആയ ആ മല പ്രദേശവും വലിയ ഓക്ക് മരങ്ങൾ ഉള്ള മൈതാനങ്ങളും അയാളുടെ ഇന്ദ്രിയങ്ങളുടെ പുനരുജ്ജീവനത്തിന് ഏറ്റവും അനുയോജ്യമായിരുന്നു. പലപ്പോഴും കിളിയൊച്ചകളും കാറ്റത്തുലയുന്ന മരച്ചില്ലകളും അയാ ളിൽ ഞെട്ടലും പിരിമുറുക്കവും അത്ഭുതവും മാറിമാറി ഉണർത്തി അയാളുടെ ഇന്ദ്രിയങ്ങളെ ഉദ്ദീപിപ്പിച്ചുകൊണ്ടിരുന്നു.

പ്രഭാതത്തിലെ സൂര്യവെളിച്ചം മഞ്ഞുതുള്ളികളിൽ പ്രതിഫലിച്ചു. ഒരു നഴ്സിന്റെ ദൂരെനിന്നുള്ള നിരീക്ഷണം മാത്രം ഉണ്ടായിരുന്ന അയാൾക്ക് എല്ലായിടത്തും നടക്കുവാനുള്ള സ്വാതന്ത്ര്യം ഉണ്ടായി രുന്നു. ഇന്ദ്രിയങ്ങളുടെ പ്രവർത്തനം ശരിയാവാത്തതുകൊണ്ട് അയാൾക്ക് തോന്നി താൻ പുൽച്ചാടികളുടെയും തേനീച്ചകളുടെയും ഒരു പരവതാനിക്കു മുകളിലൂടെയാണ് നടക്കുന്നതെന്ന്. അയാളുടെ കണ്ണുകൾ ശബ്ദങ്ങളോട് പ്രതികരിക്കുന്നപോലെയും ശബ്ദങ്ങൾ തന്നെ സ്പർശിക്കുന്നപോലെയും മണം കണ്ണിലും ചെവിയിലും കയറുന്ന പോലെയും തോന്നി. അയാൾക്ക് തന്റെ അഞ്ച് ഇന്ദ്രിയ ങ്ങളെയും തരംതിരിച്ച് നിയന്ത്രിക്കുവാൻ ബുദ്ധിമുട്ട് തോന്നി. തനിക്ക് ചുറ്റുമുള്ള നിറങ്ങളും ശബ്ദവും എല്ലാംതന്നെ കുഴഞ്ഞുമറിഞ്ഞാണ് അയാൾക്ക് അനുഭവവേദ്യമാകുന്നത്. ഡോ. ഷോളറുമായിട്ടുള്ള കണ്ടുമുട്ടലിൽ അദ്ദേഹം അയാളെ സമാധാനിപ്പിച്ചു. ഓപ്പറേഷ നിൽ ലക്ഷക്കണക്കിന് നാഡീവ്യൂഹങ്ങളുടെ സംയോജനം ചെയ്ത തിൽ ചിലതെല്ലാം പൂർണ്ണമായി ശരിയാകാൻ സമയമെടുക്കും. പക്ഷേ, അത് ക്രമേണ ശരിയാകുമെന്നും.

അയാൾക്ക് തന്റെ ഓർമ്മകളെക്കുറിച്ച് നല്ല നിശ്ചയമില്ലായിരുന്നു. എങ്ങനെ തന്റെ ഭൂതകാലത്തിലെ വികാരങ്ങളിൽ വിശ്വസിക്കും. ഈ ശരീരത്തിന് മറ്റൊരു ഭൂതകാലമുണ്ടായിരുന്നുവല്ലോ. കോമയിൽ നിന്നും മരുന്നുകളുടെ മയക്കത്തിൽ നിന്നും ഉണർന്നപ്പോൾ മുതൽ തലച്ചോർ എല്ലാ യാഥാർത്ഥ്യങ്ങളിൽ നിന്നും വിട്ടു നിൽക്കുന്നതായി അയാൾക്കു തോന്നി. എല്ലാം ഒരു സ്വപ്നത്തിലെന്നപോലെ അനു ഭവപ്പെട്ടു.

സെഡറിക്കിനു തന്നെ നിരീക്ഷിക്കാൻ ചുമതലപ്പെടുത്തിയ മാലാഖയെപോലെ ഭംഗിയുള്ള നേഴ്സിനെ കാണാൻ കഴിഞ്ഞു. കോട്ടിന്റെ പോക്കറ്റിൽ കൈകളിട്ടു നേഴ്സ് പതുക്കെ താൻ പിന്തു ടർന്ന മനുഷ്യന്റെ അരികിലേക്ക് ചെന്നു. ''നല്ല നടത്തമായി അല്ലേ?'' അവൾ അയാളുടെ അടുത്ത് ചെന്നു പറഞ്ഞു. ''ഓരോ ദിവസം ചെല്ലുംതോറും നിങ്ങളുടെ നടത്തം അനായാസകരമായി വരുന്നുണ്ട്.''

''നിങ്ങൾ പറയുവാൻ ഉദ്ദേശിക്കുന്നത് എന്റെ മുടന്തൽ കുറഞ്ഞു എന്നാണോ?''

അവളെ സൂക്ഷിച്ചു നോക്കിയപ്പോൾ അവളുടെ വെള്ള തൊപ്പിക്കടിയിൽ കണ്ട സൗന്ദര്യം അയാളെ വിസ്മയിപ്പിച്ചു. സ്ത്രീയുടെ സാന്നിധ്യത്തിൽ അപ്പോൾ അയാൾക്കു തോന്നിയ ആ മനസ്സിലാക്കാൻ പറ്റാത്ത വികാരം തലയിൽ നിന്നാണോ അതോ തന്റേതല്ലാത്ത ആ ശരീരത്തിൽ നിന്നാണോ ഉളവായത്.

''എനിക്ക് എന്നെങ്കിലും വീട്ടിലേക്ക് തിരിച്ചു പോകുവാൻ സാധിക്കുമെന്ന് തോന്നുന്നുണ്ടോ? വീട് എവിടെയാണെന്ന് ഓർത്തെടുക്കുവാൻ കഴിഞ്ഞില്ലെങ്കിൽ കൂടി.'' അയാൾ ചോദിച്ചു.

''ഉറപ്പായും.'' രോഗികളുടെ ആഗ്രഹം സാധിക്കും എന്ന് പറയണമെന്ന് പരിശീലനം ലഭിച്ചതിനാൽ നഴ്സ് പറഞ്ഞു. ''നിങ്ങൾക്ക് സ്വയം എല്ലാം ചെയ്യുവാൻ സാധിക്കുമ്പോൾ.''

''ശാരീരികമായി ആണോ?''

''അതെ തീർച്ചയായും. നിങ്ങൾക്ക് കണ്ണാടിയുടെ മുന്നിൽ നിൽക്കുമ്പോഴുള്ള തലകറക്കം മാറണം. പിന്നെ നിങ്ങൾ ഹോസ്പിറ്റലിലെ റസ്റ്റോറന്റിൽനിന്നും ഭക്ഷണം കഴിക്കാൻ തുടങ്ങണം.''

''അതെന്തിനാണ്? നിങ്ങളെനിക്ക് നൽകുന്നത് എല്ലാം ഞാൻ കഴിക്കുന്നുണ്ടല്ലോ?''

''ഞങ്ങൾ നൽകിയില്ലെങ്കിൽ നിങ്ങൾ ഒന്നും കഴിക്കില്ല. ഒരു പാത്രത്തിൽ ഞങ്ങൾ ഭക്ഷണം ഇട്ടുതരുന്നതുപോലെയാണ് നിങ്ങളുടെ കഴിക്കൽ.''

ആ യുവതി അയാൾക്കൊപ്പം പതുക്കെ നടന്നു. പശ്ചാത്തലത്തിൽ കടലിലെ ദ്വീപുകളും പ്രകാശമാനമായ മലകളും മാറി വന്നു.

''എനിക്കറിയണം.'' അയാൾ സംശയത്തോടെ ചോദിച്ചു

''പറയൂ ഞാൻ കേൾക്കുന്നുണ്ട്.''

''ഞാൻ ശരിക്കും എന്താണ്? എന്റെ ശരീരം എന്തിനോടാണ് ബന്ധപ്പെട്ടിരിക്കുന്നത്? ലോകത്തിലുള്ള എന്തുമായി സാമ്യപ്പെടുത്തും.''

''ഒരു പുരുഷൻ എന്നാണ് എനിക്ക് തോന്നുന്നത്.''

''നിങ്ങൾക്ക് ഞാൻ ചോദിക്കുന്നത് മനസ്സിലാകുന്നില്ല നമുക്ക് തിരിച്ചു പോകാം. വെളിച്ചം എന്റെ തലയ്ക്കുള്ളിൽ കുത്തിക്കയറുന്നു.''

തുടർന്നുള്ള ദിവസങ്ങളിൽ, മെച്ചപ്പെടുന്നുണ്ടെന്ന് തോന്നിയ സെഡറിക് പുറത്തേക്ക് പോകുവാനും നീന്തിക്കുളിക്കുവാനും ഉള്ള അനുവാദം ചോദിച്ചു. അല്ലെങ്കിലും താൻ സ്വതന്ത്രൻ ആണല്ലോ. ഡയറക്ടർ അയാളുടെ എല്ലാ ആഗ്രഹങ്ങളും സാധിച്ചു കൊടുക്കാമെന്ന്

പറഞ്ഞു. പക്ഷേ, ചില പരിശോധനകൾക്കുശേഷം. ഒരാഴ്ച കൂടി മൈതാനവും ഉള്ളിലെ നടപ്പാടകളുമായി തൃപ്തിപ്പെടണമെന്ന് നിർദ്ദേശിച്ചു.

''തനിക്ക് തീരുമാനങ്ങൾ എടുക്കാനുള്ള സ്വാതന്ത്ര്യം ഇല്ലേ. ശരീരം മാറി എന്നുവെച്ച് തന്റെ തലച്ചോറിന് ഒരു കുഴപ്പവും ഇല്ല. അവയവങ്ങൾ തന്റെ ആശയനുസരിച്ച് അനങ്ങുന്നുമുണ്ട്. ഇടയ്ക്കു മാത്രം ചില രാത്രിയിൽ വിഭ്രാന്തിയിൽ മായാദൃശ്യങ്ങൾ കണ്ടുകൊണ്ട് ഉറക്കം തടസ്സപ്പെടുന്നു. പിന്നെ ശരീരം മാറ്റിവെക്കുക എന്ന് പറയുന്നത് ഒരു ഡാൻസ് പാർട്ണറെ മാറ്റുന്നപോലെ സാധാരണ സംഭവമൊന്നുമല്ലല്ലേ.''

മാനസികമായി താൻ ഇപ്പോഴും ഒരു പൂർണ്ണവ്യക്തി ആയിട്ടില്ല. തന്റെ താൽകാലികമായ ആരോഗ്യം ശസ്ത്രക്രിയയിലൂടെ ഉണ്ടാക്കിയെടുത്ത ഒന്നാണ്. ധാരാളം മരുന്നുകൾ കഴിക്കുന്നുണ്ടെങ്കിലും തന്റെ തല ശരീരത്തെ എപ്പോൾ വേണമെങ്കിലും പുറംതള്ളാം. അത് ഒഴിവാക്കാൻ കഴിക്കുന്ന മരുന്നുകളുടെ പാർശ്വഫലങ്ങൾ മൂലം കാൻസർ പോലുള്ള മറ്റ് പല രോഗങ്ങളും ഉണ്ടായിയേക്കാം. അയാൾക്ക് ലൈംഗികാഭിലാഷം പൂർണ്ണമായി നഷ്ടപ്പെട്ടു. അതിനുവേണ്ട ശരീരഭാഗങ്ങളെല്ലാം പ്രവർത്തനരഹിതമായിരുന്നു. എന്നെങ്കിലും സ്വയം പര്യാപ്തത തിരിച്ചു കിട്ടുമോ എന്ന് സംശയിച്ചു. ഇങ്ങനെയുള്ള അവസ്ഥയിൽ ചിന്തയും ചലനവും സ്വയം നിയന്ത്രിക്കാൻ സാധിച്ചില്ല. ചിന്തിക്കാനുള്ള സ്വാതന്ത്ര്യം മജ്ജയിലും മാംസത്തിലും അലിഞ്ഞുചേർന്നാലേ ശരിയായ തീരുമാനം എടുക്കുന്നതിന് സാദ്ധ്യമാകൂ. ഓരോ ചെറിയ തീരുമാനത്തിലും ശരീരം പൂർണ്ണമായും ഭാഗഭാക്കാവേണ്ടതുണ്ട്.

ലോർണയുമായി ഒളിച്ചോടാനുള്ള ആഗ്രഹം പല രൂപത്തിൽ ഉയർന്നുവന്നു. ശരിക്കും അവളുടെ പേര് ലോർണ എന്നു തന്നെയായിരുന്നോ? അവളെക്കുറിച്ചുള്ള വാഞ്ഛയാണ് തന്റെ മനസ്സിന്റെ ഉള്ളറകൾ തന്നിൽ നിന്നും മുറിച്ചുമാറ്റപ്പെട്ടിട്ടില്ല എന്ന വിശ്വാസം അയാളിൽ ഉളവാക്കിയത്.

പത്തൊമ്പത്

ഒരു ശരത്കാല പ്രഭാതത്തിൽ സെഡറിക് ഞെട്ടിയുണർന്ന് കിടക്കയിൽ എഴുന്നേറ്റിരുന്നു. താൻ സ്നേഹിച്ചിരുന്ന ആ സ്ത്രീയെയാണോ സ്വപ്നം കണ്ടത്. പക്ഷേ അയാൾക്ക് അവളുടെ പേര് ഓർത്തെടുക്കാൻ കഴിഞ്ഞില്ല. അവളും താനും വേർപിരിഞ്ഞിരുന്നു. അവളുടെ

രൂപഭാവങ്ങൾ ഓർത്തെടുക്കാൻ കഴിഞ്ഞില്ലെങ്കിലും ഒരു സങ്കടം അയാളിൽ നിറഞ്ഞുനിന്നു. എന്തായിരുന്നു താൻ ഇവിടെ ഈ കട്ടിലിൽ ചെയ്തുകൊണ്ടിരുന്നത്. തല മുതൽ കാൽ വരെ എന്തോ വയ്യായ്ക തോന്നി അയാൾ പുതപ്പ് നീക്കി നോക്കി. പെട്ടെന്നാണ് ഓർത്തത് തലേദിവസം അയാൾ നഗ്നനായാണ് ഉറങ്ങിയത് എന്ന്. ധരിച്ചിരുന്ന പൈജാമ ചൊറിച്ചിൽ കാരണം അയാൾതന്നെയാണ് ഊരിക്കളഞ്ഞത്.

തന്റെ അലമാരിയിൽനിന്നും അയാൾ തിരഞ്ഞെടുത്തതാണ് ആ വസ്ത്രം. അത് എവിടെ നിന്ന് വന്നു എന്ന് അയാൾ ഒരിക്കൽ പോലും ചിന്തിച്ചില്ല. തന്നെ ശുശ്രൂഷിക്കുന്നതിനും ചികിത്സിക്കുന്നതിനും ഈ കുറ്റമറ്റ വാസസ്ഥലങ്ങൾക്കും വളരെ വലിയ വില കൊടുക്കേണ്ടി വന്നിരിക്കും. പരമാവധി സൗകര്യം നൽകുവാൻ വേണ്ടി ഒരുക്കിയിരിക്കുന്ന വിശാലമായ മുറി വളരെയധികം അസ്വസ്ഥതയോടെയാണ് അയാൾ നോക്കിക്കണ്ടത്. തന്നെ നിരീക്ഷിക്കുവാൻ വേണ്ടി ഒരു മെഡിക്കൽ റോബോട്ട് മുറിയിൽ ഉണ്ടായിരുന്നു. അതിൽ നിന്ന് ലഭിക്കുന്ന വിവരങ്ങൾ നോക്കിക്കൊണ്ട് കുറെ ആരോഗ്യ വിദഗ്ധന്മാരും കാണും. ഇടത്തെ വശത്ത് ജനാലയ്ക്കരികിൽ കട്ടിലിനു മുകളിൽ രണ്ട് ലൈറ്റുകൾക്ക് നടുവിൽ ക്യാമറകൾ തന്നെ സൂക്ഷ്മമായി നിരീക്ഷിച്ചുകൊണ്ടിരിക്കുന്നു. ഡോക്ടർ ഷോലർ തന്നോട് പറഞ്ഞിരുന്നു.

''നിങ്ങൾ അധികംവൈകാതെ അതിന്റെ സാന്നിധ്യം മറക്കും. നമ്മൾക്ക് ഉപദ്രവകാരി അല്ലാത്ത എല്ലാ ബാഹ്യഇടപെടലുകളും പെട്ടെന്ന് മറക്കും.''

ക്യാമറയുടെ സാന്നിധ്യത്തെപ്പറ്റി മറന്ന് ആദ്യമായി അയാൾ തന്റെ താടിക്ക് കീഴ്പോട്ട് ഉള്ള ശരീരം സൂക്ഷിച്ചു നോക്കി. താൻ ആവശ്യപ്പെട്ടതനുസരിച്ച് ലഭിച്ച കണ്ണാടിയിൽ സ്വന്തം മുഖം അയാൾക്ക് തിരിച്ചറിയുവാൻ കഴിഞ്ഞിരുന്നു.

ഒരു വലിയ യാത്രയ്ക്കുശേഷം ലോകത്തിന്റെ മറുഭാഗത്തുനിന്നും ഒരു ഹോട്ടൽമുറിയിൽ വന്ന് കണ്ണാടി നോക്കുന്നപോലെയാണ് തോന്നിയത്. പക്ഷേ ഈ ശരീരം, അയാൾക്കതിനെ തിരിച്ചറിയുവാൻ സാധിക്കുന്നില്ല. അയാൾ ഈ ശരീരത്തിലൂടെ ഒന്നും അനുഭവിച്ചിട്ടില്ല. ചില യാന്ത്രിക കർമ്മങ്ങൾ, മൂത്രമൊഴിക്കുന്നതും മറ്റും ചെയ്തിട്ടുണ്ട്. അതും അയാൾ മനപ്പൂർവ്വം ചെയ്യുന്നത് അല്ലായിരുന്നു. ഭക്ഷണം കഴിക്കുന്നതും ഒരു വലിയ വെല്ലുവിളിയായിരുന്നു. ഭക്ഷണം കുറേനേരം ചവച്ചരച്ചശേഷം അത് അഗാധമായൊരു ഗർത്തത്തിലേക്ക് വീണ് അപ്രത്യക്ഷമാകുന്നതുപോലെ. ശരിക്കും രണ്ടു പേരാണോ ഭക്ഷണം കഴിക്കുന്നത്.

സെഡറിക് സ്വിറ്റ്സർലാൻഡിൽ നിന്നുള്ള സൈക്കോളജിസ്റ്റും ആയുള്ള തന്റെ സംഭാഷണം ഓർത്തു. അയാൾ ഡോക്ടറെ പ്രകോപിപ്പിക്കാനായി ചോദിച്ചു. ശരീരത്തിലേക്ക് മാറ്റിയ ഒരു അവയവമായി തലയെ എന്തുകൊണ്ട് കണ്ടുകൂടാ എന്ന്. അയാളുടെ തല വളരെ ചെറിയ ഒരു ഭാഗമാണ്. തന്റെ തളർന്ന ജീവിതവുമായി കോർത്തിണക്കുന്ന ആ ശരീരമാകട്ടെ, വളരെ വലുതായിരുന്നു.

ഡോക്ടർ പറഞ്ഞിരുന്നു, ''ഓരോ മനുഷ്യന്റെയും ഏറ്റവും പ്രധാനപ്പെട്ട കാര്യങ്ങൾ തലയിൽ ആണ് നടക്കുന്നത്. നമ്മൾ എന്താണോ അതെല്ലാം. ബോധം, വ്യക്തിത്വം തുടങ്ങിയവയെല്ലാം.''

പക്ഷേ, ജീവന്റെ തുടിപ്പുകൾ ഹൃദയത്തിലും കുടലുകളിലും എന്തിന്, തലമുടിയുടെ അറ്റംവരെയും ഉണ്ട്. അയാൾ ഇടത്തെ കൈ അനക്കി. വിരലുകൾ മടക്കി നോക്കി, വയറുവരെ തൊട്ടുനോക്കി, തുടകൾ ലിംഗം വരെ കൈകൊണ്ട് തലോടി നോക്കി. തനിക്ക് പരിചയമില്ലാത്ത ചെമ്പൻ രോമം, പലയിടത്തും സർജറിയുടെ പാടുകൾ. വാക്സിനേഷൻ പാടുകൾ. ആ ലിംഗത്തിന് ഉദ്ധാരണശേഷി ഉണ്ടോ എന്നത് പ്രശ്നമല്ല. കാരണം, മറ്റൊരാളുടെ അവയവവുമായി താൻ ഒരു യുവതിയെ സ്നേഹിക്കുന്നത് അയാൾക്ക് ചിന്തിക്കാനേ കഴിഞ്ഞിരുന്നില്ല. തന്നെപ്പോലെ തന്നെ ഉണ്ടായിരുന്നുവെങ്കിലും ആ ശരീരം തന്നേക്കാൾ ശക്തിയുള്ളതും മാംസപേശികൾ ഉള്ളതുമായ ഒത്ത ഒരു ശരീരമായിരുന്നു. തനിക്കു കിട്ടിയ ശരീരം യുവത്വം തുളുമ്പുന്ന, നല്ല ആരോഗ്യമുള്ള ശരീരം ആയിരുന്നു. കൈയും കാലും അനക്കാനാകാതെ കിടന്ന ഒരുവന്റെ പൊട്ടത്തലയുടെ അനന്തരാവകാശി ആയിത്തീർന്നു എന്നു മാത്രം.

അപകടം കഴിഞ്ഞ് ആദ്യമായി അവന് പെട്ടെന്ന് ചിരിവന്നു. പക്ഷേ, കുലുങ്ങിച്ചിരിച്ചപ്പോൾ അനങ്ങുന്ന ശരീരം അയാൾക്ക് ഞെട്ടലുളവാക്കി. അറിഞ്ഞുകൊണ്ട് ചെയ്യിക്കേണ്ട ഒരു പ്രക്രിയ ആയിരുന്നോ ഈ ചിരി? അങ്ങനെ യാന്ത്രികമായി ശരീരഭാഗങ്ങൾ ചലിപ്പിക്കേണ്ട ആവശ്യമുണ്ടായിരുന്നുവോ ഒന്ന് ചിരിക്കുവാൻ വേണ്ടി? തന്റെ ചിന്തകൾക്കനുസരിച്ച് ശരീരഭാഗങ്ങൾ നീങ്ങുന്നത് കണ്ടപ്പോൾ അയാൾ അതിശയിച്ചു.

ഓരോ ശരീരഭാഗവും പരിശോധിച്ചപ്പോൾ കൈയുടെ മറുവശത്ത് ഒരു ചെറിയ നീല ടാറ്റൂ അയാൾ ശ്രദ്ധിച്ചു. മൂന്ന് വളഞ്ഞ വരകളും അതിനു നടുവിൽ ഒരു മുഖം പോലെ എന്തോ. ഇത് അയാൾക്ക് അരോചകമായി തോന്നി. തനിക്ക് ഇഷ്ടമില്ലാത്തത് തന്നിൽ അടിച്ചേൽപ്പിക്കപ്പെട്ട പോലെ പെട്ടെന്നുതന്നെ ഈ ഇഷ്ടക്കേട്. തനിക്ക് നഷ്ടപ്പെട്ടുപോയ ശരീരത്തിനെക്കുറിച്ചുള്ള വ്യർത്ഥമോഹങ്ങളാലാണെന്നും ഈ പുതിയ ശരീരത്തെപ്പറ്റിയും ആലോചിച്ചപ്പോൾ ആ ടാറ്റുവിനോട് അയാൾക്ക് ഒരു സ്നേഹം തോന്നി. അത് അവിടെ

കുത്തുവാൻ ഉണ്ടായ കാരണം, സൂചികൾ കേറുമ്പോൾ ഉണ്ടായിരിക്കാവുന്ന വേദന, ആ അടയാളം തിരഞ്ഞെടുക്കാൻ ഉണ്ടായ മനോനില എല്ലാം അയാളുടെ മനസ്സിലൂടെ കടന്നുപോയി.

ശരീരത്തിന്റെ നിമ്നോന്നതികളിലൂടെ കൈകൾ ഓടിച്ച ശേഷം അയാൾ കൈകൾ നിവർത്തി നോക്കിത്തുടങ്ങി. ആ കൈപ്പത്തി തന്റെ കൈകളുമായി ഒട്ടും സാമ്യം തോന്നിയില്ലെങ്കിലും. വിരലുകൾ മടക്കിയും നിവർത്തിയും നോക്കിയപ്പോൾ ഇടതുകൈയിന്റെ മോതിരവിരലിലും നടുവിരലിലും ഒരു മരവിപ്പ് തോന്നി. വലത്തെ തള്ളവിരലിൽ ഒരു ആഴത്തിലുള്ള മുറിവിന്റെ പാട് ഉണ്ടായിരുന്നു. അതിനും കുറെ തുന്നലുകൾ വേണ്ടി വന്നിരിക്കാം. ഓരോ തവണയും നേഴ്സ് വന്ന നഖം വെട്ടുമ്പോൾ അയാൾ മനസ്സിലോർത്തു. മരിച്ചു കഴിഞ്ഞാലും നഖവും മുടിയും വളരുമെന്ന്. മരിച്ചവർക്ക് വേണ്ടി ബാർബർമാർ ഉണ്ടാകുമോ? അയാളുടെ കഴുത്തിൽ ഉള്ള കട്ടിയുള്ള മുറിപ്പാട് അയാളുടെ ഈ പുതിയ രൂപത്തിന്റെ തെളിവായിരുന്നു. ആ മുറിപ്പാട് മാത്രം, തലയ്ക്കും ശരീരത്തിനും സ്വന്തമെന്നു പറയാം. അതായിരുന്നു രണ്ടു മുറിഞ്ഞുപോയ ജീവിതങ്ങളുടെ അതിർത്തി. എന്തുകൊണ്ട് തന്റെ നശിച്ചുപോയ ശരീരത്തിൽ ശരീരദാതാവിന്റെ തല ചേർത്തു വെച്ചില്ല? അങ്ങനെ ചെയ്തിരുന്നുവെങ്കിൽ ആ ഭീകരരൂപം തങ്ങളുടെ പഴയ ജീവിതങ്ങളുടെ തെളിവ് ആയിരുന്നേനേ.

''മിസ്റ്റർ സെഡറിക്.''

മരുന്നു തരുവാൻ വേണ്ടി കടന്നുവന്ന നേഴ്സ് വിളിച്ചു.

''ഇയാൾ നഗ്നനാണെന്നത് നിങ്ങളെ ഞെട്ടിക്കുന്നുണ്ടോ?'' അയാൾ ചോദിച്ചു.

''നിങ്ങളെന്താ മറ്റൊരാളെ എന്നപോലെ നിങ്ങളെതന്നെ സംബോധന ചെയ്യുന്നത്?''

അയാൾ മൗനം പാലിച്ചു. കുട്ടികളും വലിയ രാജാക്കന്മാരും ഈ രീതിയിലാണല്ലോ പറയാറ് എന്ന് അയാൾ ചിന്തിച്ചു. അങ്ങനെ മൂന്നാമതൊരാൾ എല്ലാവരിലും ഉണ്ടായിരിക്കാം.

ഇരുപത്

ഒരു തീവ്രപരിചരണ വിഭാഗത്തിൽ നിന്ന് ശുശ്രൂഷാകേന്ദ്രത്തിലേക്ക് മാറിയ സെഡറിക്കിന് രോഗാവസ്ഥയിൽ നിന്ന് വീണ്ടും വീണ്ടും തിരിച്ചുവന്നുകൊണ്ടിരുന്ന അയാൾ ശരിക്കും ഒരു വിസ്മയസംഭവമായിരുന്നു. തുടർന്നും ഒരു സർജറിയും പല ചികിത്സകളും ചെയ്യേണ്ടി

വന്നു. ഒരു സ്ത്രീശബ്ദം ഫോണിലൂടെ തനിക്ക് പ്രോത്സാഹനവും സ്നേഹവും നൽകുന്നത് അയാൾ കേട്ടു എങ്കിലും അയാൾക്ക് അവളെ തിരിച്ചറിയുവാൻ സാധിച്ചില്ല. അത് തന്റെ കാമുകി ആയിരുന്നുവോ? അവൾ തന്നെ ഉപേക്ഷിച്ചതായി ചെറിയ ഒരോർമ്മയുണ്ടായിരുന്നു. അതിനിടയിൽ വലിയ ഒരു പായക്കപ്പൽ നീലക്കടലിലൂടെ സഞ്ചരിക്കുന്നതായി ഓർമ്മ വന്നത് അയാളെ പരിഭ്രാന്തനാക്കി.

ഇപ്പോഴും ഡോക്ടർ സർവിലിന്റെ മേൽനോട്ടത്തിൽ കുറേ ഡോക്ടർമാരുടെ കർശന നിരീക്ഷണത്തിലായിരുന്നു അയാൾ. തന്റെ ഇച്ഛാശക്തി പതുക്കെ കുറഞ്ഞുവരുന്നുണ്ടോ എന്ന് സെഡറിക്കിന് സംശയം തോന്നി. അവർ തനിക്ക് എല്ലാവിധ സൗകര്യങ്ങളും നൽകിയിരുന്നു. വേദനസംഹാരികളും. മയക്കുമരുന്നുകൾ പോലുള്ള കുറേ മരുന്നുകളിൽ നിന്ന് അയാളുടെ മനോനില അസ്ഥിരപ്പെടുത്തുന്ന ചില മരുന്നുകൾ ഒഴിവാക്കണമെന്ന് അയാൾ തീരുമാനിച്ചു. ഇങ്ങനെ ചിന്തിക്കാൻ കാരണം തന്റെ മെറ്റബോളിസം മെച്ചപ്പെട്ടതുകൊണ്ടാണെന്ന് അയാൾക്ക് പയ്യെപ്പയ്യെ ബോധ്യപ്പെട്ടു. അയാൾക്ക് വികാരങ്ങൾ നിയന്ത്രിക്കുവാനും പതുക്കെ പതുക്കെ അബോധാവസ്ഥയിൽ തന്നെ ആഴ്ത്തിയ സ്വപ്നലോകത്ത് നിന്ന് പുറത്തു വരുവാനും കഴിഞ്ഞു. കാര്യങ്ങൾ മനസ്സിലാക്കുവാൻ വേണ്ടിയുള്ള ഉത്സാഹം, സ്വാതന്ത്ര്യത്തിനായുള്ള അഭിലാഷം, അനാവശ്യമായ നിയന്ത്രണങ്ങളിൽനിന്നുള്ള മോചനത്തിനുവേണ്ടിയുള്ള ആഗ്രഹം, ഇതെല്ലാം അനുഭവപ്പെട്ടുതുടങ്ങി. വൈകാതെ സെഡറിക്കിന് മനസ്സിലായി താൻ രക്ഷപ്പെടാനുള്ള കാരണം വളരെ ചില വേറിയ ഉന്നത ചികിത്സ കൊണ്ടാണെന്ന്. മനസ്സ് കൂടുതൽ കൂടുതൽ തെളിമയാർന്നപ്പോൾ അയാൾക്ക് ബോധ്യമായി, ഉന്നത ശാസ്ത്രജ്ഞന്മാർക്ക് പ്രശസ്തി നേടിക്കൊടുക്കാൻ ഇടയാക്കിയ, വളരെയധികം പൊതുജനശ്രദ്ധ നേടിയ ഒരു പരീക്ഷണവസ്തുവായിരുന്നു താൻ എന്ന്.

ചിന്തകൾക്ക് കൂടുതൽ വ്യക്തത വന്നുതുടങ്ങിയപ്പോൾ സെഡറിക്കിന് തന്റെ ചികിത്സയ്ക്ക് വേണ്ടിവന്നിരിക്കാവുന്ന ചിലവിന്റെ വലിപ്പം മനസ്സിലായി. കണക്കറ്റ പണമില്ലാതെ ആരും ശരീരമാറ്റം പോലുള്ള കാര്യങ്ങൾക്ക് മുതിരില്ലല്ലോ. അല്ലെങ്കിൽ താനൊരു പരീക്ഷണവസ്തുവാകണം.

ജനുവരിയിലെ പ്രഭാതത്തിൽ ആദ്യമായി തന്റെ അരക്കെട്ടിൽ എന്തോ ചലനം അയാൾക്ക് അനുഭവപ്പെട്ടു. ശരിയല്ലാത്ത എന്തോ ചെയ്യുന്നതുപോലെ വിരൽ കൊണ്ട് അയാൾ തന്റെ ലിംഗത്തിൽ തൊട്ടു. കൈകളുടെ ചലനങ്ങളിലൂടെ പതുക്കെ അയാൾക്ക് പൂർണ ഉദ്ധാരണമനുഭവപ്പെട്ടു. സാധാരണ തൂങ്ങി മരിക്കുമ്പോഴും കഴുത്ത്

ഞെരിച്ചു കൊല്ലുന്നവരിലുമാണ് ഇത്തരം ഉദ്ധാരണം ഉണ്ടാകുക എന്നാണ് അയാൾക്ക് മനസ്സിൽ തോന്നിയത്. വലുതായ തന്റെ ജന നേന്ദ്രിയം കണ്ട് സെഡറിക്കിന് തോന്നി, മനുഷ്യശരീരത്തിൽ ഒട്ടും നിയന്ത്രിക്കാൻ പറ്റാത്ത ഒരു അവയവം അത് മാത്രമാണെന്ന്. അധികം താമസിക്കാതെ തന്നെ അയാൾ ആനന്ദമൂർച്ഛയിൽ ഞരങ്ങി. ഇത്ര സുന്ദരവും ബലിഷ്ഠവുമായ ഒരു ശരീരം തന്റെ ഈ തലയ്ക്ക് വേണ്ടി പ്രവർത്തിക്കുമ്പോൾ തനിക്ക് നഷ്ടപ്പെട്ട ശരീരോല്ലാസം തിരിച്ചു കിട്ടുമോ? ഈ ശരീരം താൻ സ്വീകരിച്ചാൽതന്നെ അതുമായുള്ള ശരിയായ ഒത്തുചേരൽ അയാൾക്ക് തീർത്തും അരോചകവും കൃത്രിമ വുമായി തോന്നി. ഈ ദ്വൈതപ്രകൃതമായ ശരീരത്തേയും മനസ്സി നേയും ഒരു പൈശാചിക കൂടിച്ചേരലായി അയാൾക്ക് അനുഭവപ്പെട്ടു.

ആ അവയവം താൻ മൂത്രമൊഴിക്കാൻ ഉപയോഗിച്ച അവയവം ആവില്ല. അതിനെ ആ ദൗത്യം അടിച്ചേൽപ്പിക്കുക ആണ്. പിന്നെ ഈ ഹൃദയം തന്റെ തലയിൽ നിന്ന് വരുന്ന താളത്തിലല്ല മിടിച്ചു കൊണ്ടിരിക്കുന്നത്. ആ വലിയ കൈകൾ അത് തൊട്ടും തലോടിയും ചിലപ്പോൾ കൊന്നിട്ടും ഉണ്ടാകാം. പെട്ടെന്നാണ് അയാൾക്ക് തന്റെ പഴയ ശരീരത്തിനു വേണ്ടി ഒരു ആഗ്രഹം തോന്നിയത്. അത് മിക്ക വാറും മറ്റേ തലയോടുകൂടി കത്തിച്ചുകളഞ്ഞിരിക്കും. താൻ ആ പ്രേതങ്ങളെ ഓർത്ത് ജീവിക്കേണ്ടി വരുമോ എന്നന്നേക്കും.

ഫോൺ മുഴങ്ങിയപ്പോൾ അയാളോർത്തു, തനിക്കിപ്പോൾ നഴ്സിന്റെ കൂടെ പുറത്തു പോകുവാൻ സമയമായെന്ന്. അയാൾ ഫോണെ ടുത്തു.

''സെഡറിക്, ഇത് നീയാണോ? ഞാൻ തിരിച്ചെത്തി. എന്നോ ടൊന്നും ചോദിക്കരുത്. യമനിൽ ഞാൻ കണ്ടതും അനുഭവിച്ചതും മതിയായി. ഞാൻ അവിടെനിന്ന് ഓടിപ്പോന്നു. ഞാൻ ഒരിക്കലും നിന്നെ സ്നേഹിക്കാതിരുന്നിട്ടില്ല. നിന്നെ ഓർക്കാതിരിക്കാൻ എനി ക്കാവില്ല.''

ഇരുപത്തിയൊന്ന്

ആഭ്യന്തരയുദ്ധങ്ങൾ ലോകമെമ്പാട് പരക്കുകയായിരുന്നു. വിപ്ലവ കാരികളുടെ ആക്രമണങ്ങൾ മൂലം എല്ലായിടത്തും പൊലീസുകാർ ജാഗരൂകരായി നടന്നു. പാരീസിൽ മാത്രം സമാധാനം നിലനിൽ ക്കുന്നതായി തോന്നി. ജൂൺ പകുതിവരെയുണ്ടായ കനത്ത മഴ വേനൽ ക്കാലത്തിന് വഴിമാറി. സൂര്യൻ ഇല്ലാതെ വെളിച്ചം ഉണ്ടാകുമോ?

സെഡറിക് ഉണർന്ന് ജനാലയ്ക്കപ്പുറം കണ്ണുംനട്ട് നെർവലിന്റെ* പുസ്തകങ്ങളിൽ വായിച്ചത് ഓർത്തു. ''സ്വപ്നങ്ങളിലെ പകലുകളിൽ സൂര്യനുണ്ടാകാറില്ല.'' പാരിസിലേക്ക് തിരിച്ചെത്തിയതും അയാൾ സ്വപ്നങ്ങൾ കണ്ടുതുടങ്ങി. തന്റെ സ്വപ്നങ്ങളിൽ വെളിച്ചമുണ്ടെങ്കിലും സൂര്യനില്ലാത്തപോലെ തോന്നി. ആർക്കെങ്കിലും സ്വപ്നത്തിൽ ബോധം ഉണ്ടാവുമോ?

ഒരു ഘടികാരം, മുകളിലത്തെ നിലയിലാണ് എന്നു തോന്നുന്നു. ആറു പ്രാവശ്യം കരകര ശബ്ദത്തോടെ മണി മുഴക്കി. തന്നെ മുട്ടിയിരുമ്മിക്കിടക്കുന്ന മാർദ്ദവമുള്ള തുടകളുടെ ചൂട് തന്നിൽ വികാരം ഉണർത്തുന്നുണ്ട്. ശരിക്കും താനല്ലാത്ത തനിക്കും തന്റെ പുതപ്പിൻ കീഴിൽ കിടക്കുന്ന പെൺകുട്ടിക്കും ഇടയിൽ എന്തോ മൃദുലമായ സംഭവിക്കുന്നു. തന്റെ കണ്ണിനു പിന്നിൽ തലയ്ക്കുള്ളിൽ എവിടെ നിന്നാണ് ആ അനുഭൂതി ഉദിക്കുന്നത് എന്ന് പറയാനാവാത്ത വിധം.

ലോർണ അവളുടെ ചൂടുള്ള കൈകൊണ്ട് തന്റെ അടിവയറിൽ നിന്ന് നാഭിവരെ സ്പർശിച്ചുകൊണ്ട് ലിംഗത്തിൽ വിരലോടിച്ചു. അത് അയാളിൽ പണ്ടത്തെ ഓർമ്മകളുണർത്തി. ഓരോ പുതിയ ബന്ധങ്ങളും ആരംഭിക്കുന്നത് ശാരീരികമായാണ്. ഓരോരോ വികാരങ്ങളെയും ഉണർത്തിക്കൊണ്ട്. താനും ലോർണയും ആദ്യമായി ബന്ധപ്പെട്ടതിന്റെ തൊടലും പിടിക്കലും അവൻ ഇപ്പോഴും അനുഭവിക്കുന്നപോലെ തോന്നി. കുറച്ചുകാലത്തിനു ശേഷമുള്ള ഈ പുതിയ ശരീരവുമായുള്ള ബന്ധപ്പെടൽ ഒരു ബലാത്കാരംപോലെ തോന്നി. അവൾ തന്റേതല്ലാത്ത ശരീരവുമായി രസിക്കുന്നത് കാണുമ്പോൾ അയാൾക്ക് അസൂയയും തോന്നി. തന്റെ പുതിയ ശരീരത്തോടുള്ള അവളുടെ കാമാവേശം കണ്ടിട്ട് ചതിക്കുന്നതിന് തുല്യമായി തോന്നി അയാൾക്ക്. അയാൾക്ക് വെറുമൊരു എല്ലുംകൂട്ടിനു മേൽ ഘടിപ്പിച്ചിരിക്കുന്ന തല മാത്രമാണ് താൻ എന്നു തോന്നി. ഈ ചേർക്കപ്പെട്ട ശരീരവുമായി അയാൾക്ക് എങ്ങനെ പൊരുത്തപ്പെടാൻ പറ്റും?

അയാളുടെ ശരീരത്തിനു മുകളിൽ കിടന്ന് ആവേശത്തോടെ അവൾ പറഞ്ഞു, ''എല്ലാം എനിക്ക് വിട്ടുതരുമ്പോൾ എന്ത് രസമാണ്.'' അവൾ ഞെരങ്ങിക്കൊണ്ട് കൂട്ടിച്ചേർത്തു. ''ഞാൻ ഇതാ വരാറായി.'' അവൾ അയാളുടെ നെഞ്ചിൽ തളർച്ചയോടെ കിടന്നു. അവളുടെ ചുണ്ടുകൾ അയാളുടെ നെഞ്ചിൽ ചുംബിച്ചു, മുടിയിൽ തൊട്ടു തലോടി. ഒരിക്കൽ പോലും അവൾ തന്റെ മുഖത്ത് തൊടുകയോ ചുംബനം നൽകുകയോ ഉണ്ടായില്ല എന്ന് സെഡറിക്ക് ഓർത്തു. എപ്പോഴും അവൾ ആ ബലിഷ്ഠവും സുന്ദരവുമായ ശരീരത്തിൽ

* ഒരു ഫ്രഞ്ച് കവി

രമിച്ചുകൊണ്ടിരുന്നു. ഒരു തല മാത്രം ഉണ്ടായിട്ട് എന്തു കാര്യം. ഇപ്പോൾ തനിക്കുണ്ടായ രതിമൂർച്ഛ ശരിക്കുമുണ്ടായതാണോ അതോ തലയിലെ ഒരു വെറും തോന്നലായിരുന്നോ?

''നമ്മൾ വീണ്ടും ഒന്നായതിൽ എനിക്ക് വളരെ സന്തോഷമുണ്ട്. വേറൊരു രീതിയിൽ ആണെങ്കിൽകൂടി ഞാൻ പറയുന്നത് ശരിയല്ലേ?'' ലോർണ ചോദിച്ചു.

''നമ്മൾ വേർപിരിയുകയാണെന്ന് അല്ലേ, അതല്ലേ യാഥാർത്ഥ്യം?''

''എനിക്ക് നിന്നെ ഉപേക്ഷിക്കാൻ ആവില്ല സെഡ്രിക്. നമുക്ക് ഇടയ്ക്കിടയ്ക്ക് നിന്റെ വീട്ടിലോ നിനക്കിഷ്ടമുള്ള മറ്റെവിടെയെങ്കിലുമോ കണ്ടുമുട്ടാം.'' അവൾ തന്റെ കഴുത്തിൽ ഉള്ള ശസ്ത്രക്രിയയുടെ പാട് കണ്ട് ഒരു നിമിഷം അതിൽ നോക്കിയിരുന്നുപോയി.

''ഇന്നത്തെ നമ്മുടെ സംഗമം എന്നെ വികാരപാരമ്യങ്ങളിലെത്തിച്ചു. നിങ്ങൾക്കോ?''

അയാൾ ആ അർത്ഥമില്ലാത്ത ചോദ്യത്തെപ്പറ്റി ആഴത്തിൽ ചിന്തിച്ചു.

''ശരിയാണ്. സ്നേഹിക്കുമ്പോൾ വേറിട്ട് നിന്നതെല്ലാം ഒന്നിക്കും. അത് അരക്കെട്ടിൽ നിന്ന് തലച്ചോർവരേക്കും എത്തും. അതോ തിരിച്ചോ? നീയെന്നെ പണ്ടത്തേക്കാൾ നന്നായി സ്നേഹിച്ചു. പക്ഷേ, വളരെ കുറഞ്ഞ അളവിൽ.''

''നന്നായി? എന്നാൽ കുറവുകളോടെ, നിങ്ങൾ എന്താണ് ഉദ്ദേശിക്കുന്നത്?''

ഉത്തരം പ്രതീക്ഷിക്കാത്ത രീതിയിൽ ആയിരുന്നു അവർ ചോദിച്ചത്. സുന്ദരമായ മുലകൾ, അവൾ തല ഉയർത്തിയപ്പോൾ ആടിയുലഞ്ഞു. രണ്ടു ബ്രേയ്സ്‌ലെറ്റുകൾ അവളുടെ കൈയിൽ ഉരസിയിറങ്ങി. തന്റെ കൈയിലെ നീല ടാറ്റൂ ആദ്യമായി കണ്ട അവൾ ഞെട്ടി. ഇത് ഒരു ട്രിസ്കേലിയൻ*(Triskelion) ആണ്. ഒരു സെൽട്ടിക് ചിഹ്നം. അതിലെ മൂന്ന് വരകൾ സൂര്യന്റെ ചലനത്തെയാണ് കാണിക്കുന്നത്. അല്ലെങ്കിൽ മൂന്ന് ലോകങ്ങൾ - ആത്മാവിന്റേയും ജീവിച്ചിരിക്കുന്നവരുടേയും മരിച്ചവരുടേയും. അവൾക്ക് അതിനോടുള്ള അമിതമായ ശ്രദ്ധ അയാൾ ശ്രദ്ധിച്ചു. ഒരേ സമയം മോഹവും അറപ്പും. തന്റെ ഭാവങ്ങൾ അയാൾ ശ്രദ്ധിച്ചതിൽ അവൾക്ക് നാണക്കേട് തോന്നി. അവൾ അയാളെ നോക്കി തന്റെ ചുണ്ട് കടിച്ചു. തന്റെ മുന്നിലിരിക്കുന്ന അപരിചിതമായിത്തീർന്ന തന്റെ സുഹൃത്തിന്റെ മുഖത്തേക്ക് നോക്കിയപ്പോൾ അവൾക്ക് വിഷമം തോന്നി. അയാൾക്ക് വലിയ

* ഒരു പുരാതന സെലറ്റിക് രൂപം. അനന്തമായ ചലനത്തേയും മനസ്സ്, ശരീരം, ആത്മാവ് ഇവയേയും സൂചിപ്പിക്കുന്നു

വ്യത്യാസമില്ലായിരുന്നു. നെറ്റിയുടെ വശങ്ങളിൽ കുറച്ചു നരച്ചിട്ടുണ്ടെന്നതല്ലാതെ. പിന്നെ കണ്ണുകളിലെ തീവ്രമായ ആ സങ്കടം. അല്ലാതെ വേറെ വ്യത്യാസം ഇല്ലായിരുന്നു ആ മുഖത്ത്. പക്ഷേ തന്നെ പ്രലോഭിപ്പിക്കുന്ന ഈ ശരീരം അത് മറ്റൊരു രീതിയിലാണ് പ്രതികരിക്കുന്നത്. അതിന്റെ തീക്ഷ്ണമായ ഗന്ധം അവളെ ത്രസിപ്പിക്കുന്നു. നമുക്ക് പരിചയമില്ലാത്ത ഒരാളെ ഇത്രയും ആഴത്തിൽ സ്നേഹിക്കാൻ ആകുമോ?

യെമനിൽ പോയിരുന്നപ്പോൾ ജർമൻ സഹപ്രവർത്തകരോടൊപ്പം ഒരു ഹോട്ടലിന്റെ മുകളിൽ നിന്ന് ഒരു തീവ്രവാദിയുടെ വധത്തിന് അവൾ സാക്ഷിയായിരുന്നു. തല തെറിച്ചുവീണെങ്കിലും മുട്ടുകുത്തി നിന്ന ശരീരം കുറച്ചുനേരം അവിടെത്തന്നെ നിന്നു. ആരാച്ചാരുടെ സഹായി പൊടിയും രക്തവും പുരണ്ടു കിടന്ന് തല ഒരു ഗാർബേജ് ബാഗിലാക്കി. പെട്ടെന്ന് അയാളുടെ ശരീരം താഴെ വീണു. ഈ ഒരു കാഴ്ച അവളുടെ മനസ്സിൽ ഒരു ഒഴിയാബാധയായി കിടന്നു. ഇത്തരമൊരു ജോലിയിൽ അക്രമദൃശ്യങ്ങൾ സാധാരണമാണെങ്കിലും ചില കാര്യങ്ങൾ നമ്മളെ ഭ്രാന്ത് പിടിപ്പിക്കും. അവളുടെ സ്വപ്നത്തിൽ സെഡ്രിക്കിന്റെ തല പൊടിയിൽ കിടന്നു ഉരുണ്ടു. ആ തീവ്രവാദിയുടെ ശരീരവും അതുപോലെ പതുക്കെ ചരിഞ്ഞുവീണു.

ലോർണ ടാറ്റൂവിൽ കൂടി അലസമായി വിരൽ ചലിപ്പിച്ചു. അങ്ങനെ തൊട്ടപ്പോൾ അയാൾക്ക് പെട്ടെന്ന് ചിരിവന്നു. ''അയാൾ അയർലൻഡിൽ നിന്നുള്ളതാണ് അല്ലേ? ട്രിസ്കേലിയൻ ഐറിഷ് നാടോടിക്കഥകളിൽ ഉള്ള തംബുരുവോ സെൽട്ടിക് കുരിശോ പോലെ എന്തോ ആണല്ലേ?''

ലോർണ പെട്ടെന്ന് കൈ മാറ്റിയിട്ട് ചാടിയെണീറ്റു.

''ഞാൻ വൈകിപ്പോയി.'' അവൾ പറഞ്ഞു. ''എനിക്ക് ഓഫീസിൽ ഒരു മീറ്റിംഗ് ഉണ്ട്.''

അങ്ങുമിങ്ങുമായി ചിതറിക്കിടന്ന വസ്ത്രങ്ങൾ പറുക്കിയെടുക്കുന്ന അവൾ ആ പ്രഭാത വെളിച്ചത്തിൽ നൃത്തം ചെയ്യുന്നപോലെയുണ്ടായിരുന്നു. അവളുടെ മുടി മാറത്തും തോളത്തും വീണുകിടക്കുന്നു. അവളുടെ നഗ്നശരീരം വീനസ്സിന്റെ വെണ്ണക്കൽപ്രതിമപോലെ തിളങ്ങി. അതിന് ഒരു കുറവും കാണാൻ കഴിയില്ലായിരുന്നു. അരക്കെട്ട് താളത്തിൽ ചലിപ്പിച്ച് കുളിമുറിയിലേക്ക് നീങ്ങുന്ന അവളെ നോക്കി നിന്ന അയാളിൽ കാമം നിറഞ്ഞു. അവൾ മറഞ്ഞപ്പോൾ അയാൾക്ക് പരിചയമില്ലാത്ത ഭാഗത്ത് വീണ്ടും കാർന്നു തിന്നുന്ന ഒരു വികാരം തോന്നി. ആത്മാവിലും ശസ്ത്രക്രിയയുടെ പ്രഭാവം ഉണ്ടാകുമോ എന്ന് അയാൾ സംശയിച്ചു. താൻ മറ്റൊരുവനായി മാറുമോ?

കടുത്ത തലവേദനയുമായി അയാൾ ഉറങ്ങിപ്പോയി. വൈകാതെ ഒരു സ്വപ്നത്തിൽ അലിഞ്ഞു. ആരോ അയാളെ കൊല്ലുമെന്ന് പറയുന്നുണ്ട്. അയാൾ കുറെ ഊമക്കത്തുകൾ തുറന്നു. എന്നിട്ട് അതിനെ ചവറ്റുകൊട്ടയിലേക്ക് അറിഞ്ഞു. അയാൾ മാസികയുടെ ഓഫീസിൽ നിന്നിറങ്ങിയപ്പോൾ നേരം സന്ധ്യയായി. തന്റെ ദിവസം നിരാശ നിറഞ്ഞതായിരുന്നു. നല്ല തിരക്കുണ്ട്. വാരാന്ത്യമായതു കൊണ്ടായിരിക്കാം. ആൾക്കൂട്ടത്തിൽ മുങ്ങി നീങ്ങിയ അയാളെ ഒരു കാരണവുമില്ലാതെ ആരോ തോളിൽ പിടിച്ചു തള്ളി. പെട്ടെന്നുണ്ടായ ഞെട്ടൽ അടക്കി അയാൾ തന്റെ വഴിക്ക് പോയി. ലോർണ അയാൾക്കുവണ്ടി അത്താഴമൊരുക്കി കാത്തിരിക്കുന്നുണ്ട്. ഇതേക്കുറിച്ച് ആലോചിച്ചപ്പോൾ അയാൾക്ക് സന്തോഷം തോന്നി. കുറച്ചു നടന്നപ്പോഴേക്കും അയാൾ അവളുടെ കെട്ടിടത്തിനു മുന്നിലെത്തി. ലിഫ്റ്റിൽ കയറാതെ അയാൾ കോണിപ്പടികൾ കയറി. അതിസുന്ദരിയായ ഒരു നടിയെപ്പോലെ തോന്നിച്ച അവൾ അയാളെ സായാഹ്നവേഷത്തിൽ സ്വീകരിച്ചു. അയാൾ എന്തൊക്കെയോ പറയാൻ ശ്രമിച്ചു. പക്ഷേ അവൾക്ക് ഒന്നും കേൾക്കണമെന്നില്ല. അയാൾക്ക് പെട്ടെന്ന് മനസ്സിലായി അവൾക്ക് അയാളെ തിരിച്ചറിയാനായില്ല എന്ന്.

''ഇത് ഞാനാണ് സെഡറിക് എർഗ്.''

അയാൾ അവളെ പറഞ്ഞ് മനസ്സിലാക്കിപ്പിക്കാൻ ശ്രമിച്ചു. ഇതു പറഞ്ഞതും അയാൾ വലിയ കണ്ണാടിയിൽ ഒരു അപരിചിതന്റെ മുഖം കണ്ടു. എങ്ങനെ അവളെ മനസ്സിലാക്കിക്കും ഇത് താൻ തന്നെയാണെന്ന്. തന്റെ രൂപം തിക്കിലും തിരക്കിലും എങ്ങനെയോ മാറിപ്പോയതാണ്. തന്നെ തട്ടിക്കൊണ്ടു പോയ ആ കള്ളനെ കണ്ടുപിടിക്കും എന്ന് വിളിച്ച് പറഞ്ഞ് അയാൾ ആ പടികളിറങ്ങി ഓടിപ്പോയി.

ഇരുപത്തിരണ്ട്

ശീതകാലത്തിലെ ലക്സംബർഗ് ഉദ്യാനം. വെളിച്ചം മരങ്ങളുടെ ഇടയിലൂടെ ഒലിച്ചിറങ്ങിയപ്പോൾ പലതരം ഓർമ്മകൾ അയാളിൽ ഉണർന്നു. കുറച്ചുദിവസങ്ങളായി അയാൾക്ക് തന്റെ ആദ്യകാലത്തെ ഓർമ്മകൾ തിരിച്ചുവരുന്നതും അതിലൂടെ സഞ്ചരിക്കാനും കഴിഞ്ഞിരുന്നു. ചെറുപ്പകാലത്തെ ഓർമ്മകൾ അയാളിൽ വളരെ കൃത്യതയോടെ ഒരു നവ്യാനുഭവമായി പടർന്നു. കഴിഞ്ഞ ആഴ്ചകളിൽ അയാൾ സൈക്കോ ടെക്നിക് വിശകലനങ്ങൾക്കും വിവിധ പരിശോധനകൾക്കും വിധേയനായിരുന്നു. ഫ്രാൻസിലെയും ഇറ്റലിയിലെയും മെഡിക്കൽ വിദഗ്ധർ അയാളെ വിലയിരുത്തി. അവർ

ഏർപ്പെടുത്തിയ ഒറ്റപ്പെട്ട ആശുപത്രിവാസത്തിൽ നിന്ന് രക്ഷപ്പെടുവാൻ സാധിച്ചെങ്കിൽ അത് ലോർണയുടെ മിടുക്ക് ഒന്നുകൊണ്ട് മാത്രമാണ്. അവൾ ഒരു മിടുക്കിയായ ജേർണലിസ്റ്റ് ആയതിനാൽ നിയമങ്ങളുടെ സഹായത്താൽ തനിക്ക് സ്വാതന്ത്ര്യം നേടിത്തന്നു. അയാൾ ഒരു മാനസികരോഗി അല്ലാത്തതിനാലും അയാൾ കള്ളുകുടിയനല്ലാത്തതിനാലും മയക്കുമരുന്നിന് അടിമയല്ലാത്തതിനാലും വേറെ പകർച്ചവ്യാധികൾ ഒന്നും ഇല്ലാത്തവനായതിനാലും അയാളെ അനധികൃതമായി ആശുപത്രിയിൽ അടയ്ക്കുന്നത് നിയമപരമായി ശരിയല്ലെന്ന് അവൾ വാദിച്ചു. ഭീഷണികൾ ഉണ്ടായെങ്കിലും കോടതി ഒന്നും കയറാതെത്തന്നെ അവൾ കാര്യം സാധിച്ചു.

സെഡറിക് സന്തോഷത്തോടെ താൻ താമസിച്ചുകൊണ്ടിരുന്ന റിഗാർഡ് സ്ട്രീറ്റിലെ വീട്ടിൽ തിരിച്ചെത്തി. തന്റെ പുസ്തകങ്ങൾ, പഴയ വസ്ത്രങ്ങൾ എന്തോ അമൂല്യമായവ തിരിച്ചുകിട്ടിയപോലെ. പക്ഷേ, ഒരു ഞെട്ടലോടെയും വിഷമത്തോടെയുമാണ് അയാൾ അറിഞ്ഞത്, തന്റെ ചെരിപ്പുകൾ തനിക്ക് പാകമാവുന്നില്ലെന്ന്. തന്റെ പണ്ടത്തെ രീതികളിലേക്കുള്ള തിരിച്ചുവരവ് അയാൾക്ക് ആശ്വാസം നല്കി. തന്റെ കുളിമുറിയിലെ കണ്ണാടിയിൽ തന്റെ പൂർണ്ണരൂപം കണ്ടപ്പോഴാണ് തന്റെ പുതിയ രൂപത്തിന്റെ അസ്വാഭാവികത ബോദ്ധ്യപ്പെട്ടത്.

പ്രഭാതത്തിൽ നടക്കാനിറങ്ങിയ അയാൾ ഓർത്തു. താനിപ്പോഴും ജീവിച്ചുകൊണ്ടിരിക്കുന്നു എന്നത് ഒരത്ഭുതമാണ്. തനിക്ക് നടക്കാനും ചിന്തിക്കാനും കഴിയുന്നു. തന്റെ ജീവിതത്തിലെ ഒരു പുതിയ ഉദയമാണ് ഇത്. താൻ അതിജീവിച്ച അപകടം വച്ചുനോക്കുമ്പോൾ ഇതിൽ കൂടുതൽ ഒന്നും ഇനി സംഭവിക്കാനില്ല.

സാധാരണയായുള്ള ആഗ്രഹങ്ങളും അഭിലാഷങ്ങളും ഒന്നും പ്രസക്തമല്ല. ഇപ്പോഴുള്ള ഈ പ്രകാശവും ചിരിച്ചുകൊണ്ട് നടന്നുപോകുന്ന വിദ്യാർത്ഥികളും – ഇതൊക്കെ മതി തന്റെ സൗഖ്യത്തിന്. ശരീരം പോയപ്പോൾ അയാൾക്ക് വൈകാരിക പ്രതികരണശേഷിയും മറ്റും നഷ്ടമായെങ്കിലും ഇപ്പോഴും സ്വതന്ത്രനായി സഞ്ചരിക്കാനും അല്ലെങ്കിൽ എല്ലാം അവസാനിപ്പിക്കുവാനും ഉള്ള കഴിവുണ്ട്. അയാൾ ഓർത്തു പാതിബോധത്തോടെ അവയവ മാറ്റത്തിന് സമ്മതിച്ച സമയത്ത് താൻ മരിച്ചില്ലെങ്കിലും തനിക്ക് ആത്മഹത്യ ചെയ്യുവാനുള്ള സ്വാതന്ത്ര്യമെങ്കിലും ലഭിക്കുമല്ലോ എന്നായിരുന്നു അപ്പോഴത്തെ ചിന്ത. പക്ഷേ ജീവിക്കുന്നതിന്റെ രുചി ഒരു കെണി പോലെയാണ്.

നട്ടെല്ലിലെ ഞെരമ്പുകളുടെ പുനർസ്ഥാപനത്തിൽ ഉണ്ടായ വിജയത്താൽ അയാൾക്ക് പരസഹായവുമില്ലാതെ ഈ ഉദ്യാനത്തിലെ വൃക്ഷങ്ങളുടെ ഇടയിലൂടെ നടക്കാൻ കഴിയുന്നുണ്ടല്ലോ മുടന്തുന്നുണ്ടെങ്കിലും. ഇപ്പോഴും അയാൾക്ക് ആൾക്കൂട്ടത്തിലേക്ക് പോകാനോ

മറ്റുള്ളവരുടെ ഒപ്പം ബസ്സിൽ യാത്ര ചെയ്യാനോ കഴിയില്ലായിരുന്നു. ഒരു ഭയം നിറഞ്ഞ മരവിപ്പ് അയാളെ അതിൽനിന്ന് പിന്തിരിപ്പിച്ചു. അയാൾ സ്വതന്ത്രനായിരുന്നു. എങ്കിലും ചിലതിനാൽ അസ്വതന്ത്രനും.

ഒരേസമയം താനാവുകയും താനല്ലാതെ ആകുകയും ചെയ്യുന്ന ഈ ക്രൂരമായ അവസ്ഥയും സ്വയം മാറ്റിയെടുത്തേ തീരൂ. ആശുപത്രിയിൽ നിന്നുള്ള രക്ഷപ്പെടലിനുശേഷം അയാളെ അലട്ടിക്കൊണ്ടിരുന്ന ചിന്ത ശരീരത്തെക്കുറിച്ചായിരുന്നു. ആ ശരീരത്തിന് അതിന്റേതായ ഒരു വ്യക്തിത്വം ഉണ്ടായിരുന്നു. പരിചിതമല്ലാത്ത ശബ്ദങ്ങൾ തന്റെ തലച്ചോറിൽ പിറുപിറുത്തുകൊണ്ടിരുന്നു. ഓരോ അവയവങ്ങളിൽ നിന്നും ആ ശബ്ദം ഉയർന്നു. നാവികരെ മയക്കി കപ്പലുകൾ തകർക്കുന്ന അശരീരികൾപോലെ. തന്റെ ശരീരത്തിന്റെ നിയന്ത്രണം ഏറ്റെടുക്കാൻ ആഗ്രഹിക്കുന്ന ശരീരത്തിന്റെ പാട്ട്. ഹൃദയത്തിന്റെ താളത്തിൽ ആന്തരികാവയവങ്ങളിൽ മുഴങ്ങിക്കൊണ്ടിരിക്കുന്ന ഒന്ന്. സ്വന്തമായ സ്വത്വത്തിൽ നിലനിൽക്കാനുള്ള ശരീരത്തിന്റെ വാഞ്ഛപോലെ.

പക്ഷേ പുറത്തുവന്ന് മരങ്ങൾക്കിടയിലൂടെയും ശില്പങ്ങൾക്കിടയിലൂടെയും അലസമായി നടന്നപ്പോൾ തന്റെ തടങ്കലാകുന്ന ശരീരത്തെയും വിശ്വസിപ്പിക്കാൻ കഴിയാത്ത വിഹ്വലതകളെയും അയാൾ മറന്നു. ഈയൊരു ഏകാന്തത പല സാധ്യതകളും അയാൾക്ക് മുന്നിൽ തുറന്നു. വീണ്ടും സ്വതന്ത്രമായി സ്വപ്നം കാണുവാൻ സാധിച്ചു. മെയ് മാസത്തിലെ ആ വേനലിൽ പൂത്തുനിൽക്കുന്ന മരങ്ങൾക്കിടയിലൂടെ അലസമായി നടക്കുവാൻ കഴിഞ്ഞു. ചുറ്റുമുള്ളതെല്ലാം അയാൾ താല്പര്യത്തോടെ ആസ്വദിച്ചു. തന്നെ നിരീക്ഷിക്കുവാൻ നിയോഗിക്കപ്പെട്ട സെക്യൂരിറ്റി ഗാർഡിന്റെ ദൂരെയുള്ള സാന്നിധ്യം പോലും അയാളെ അലോസരപ്പെടുത്തിയില്ല. ചുറ്റുമുള്ളതെല്ലാം വ്യക്തതയോടെ ഒപ്പിയെടുക്കാൻ കഴിയുന്ന അയാളുടെ തലച്ചോറിന് ഹൈപ്പർ സെൻസിറ്റിവിറ്റിക്ക് സമാനമായ ഒരു കഴിവ് വികസിച്ചിട്ടുണ്ടായിരുന്നു.

അവയവമാറ്റത്തിന്റെ ശാരീരിക ബുദ്ധിമുട്ടുകൾക്കു പുറമെ, തലച്ചോർ മറ്റൊരു ശരീരത്തിന്റെ ഓർമ്മയുമായി ശരീരത്തിന്റെ നാഡിവ്യൂഹത്തിനും ദഹനേന്ദ്രിയ വ്യൂഹത്തിന് അതിന്റേതായ ചിന്താശക്തി ഉണ്ടെന്ന് കരുതുന്ന പലതിനോടും ഇണങ്ങിച്ചേരേണ്ടിയിരുന്നു. അയാളിൽ രണ്ട് ഒറ്റപ്പെട്ട ശക്തികളുടെ പൊരുത്തപ്പെട്ട, എങ്കിലും അനിശ്ചിതത്വം നിലനിൽക്കുന്ന പ്രവർത്തനമാണ് നടന്നുകൊണ്ടിരുന്നത്.

ഒരു പരിശ്രമവും തന്റെ ഭാഗത്തുനിന്നും ഉണ്ടാകാതെത്തന്നെ ശരീരത്തിന്റെ തോളുകൾ ഉയർത്തിയതായി അയാൾക്ക് അനുഭവപ്പെട്ടു. കുറെ പ്രാവുകൾ അയാളുടെ കാലിന്റെ അടുത്ത് വന്നിരുന്നു. വികൃതികളായ കുറേ കുട്ടികളുമായി നടന്നിരുന്ന ഒരു യുവതി തന്നെ

നിരീക്ഷിക്കുന്നുവെന്ന് തോന്നി. അവൾക്ക് മനസ്സിലായിക്കാണണം പത്രങ്ങളിൽ പ്രത്യക്ഷപ്പെട്ട തലയില്ലാത്ത മനുഷ്യൻ താനാണെന്ന്. അയാൾ സമുദ്രത്തിന്റെ അടുത്തേക്ക് പോയി കപ്പലുകൾ നോക്കി നിന്നു. തന്റെ നേഴ്സ് ഇത്തിരി അകലത്തിൽ തന്നെ പിന്തുടരുന്നുണ്ട്. തന്റെ ഒരു ഇന്റർവ്യൂവിനായി കാത്തിരിക്കുന്നവരും, തട്ടിക്കൊണ്ടു പോകും എന്നുള്ള ഭീഷണി ഉയർത്തുന്നവരും ഭ്രാന്തന്മാരായ പ്രസാധകരും തന്നെ സംരക്ഷിക്കുന്നവരുടെ നിരീക്ഷണവും എല്ലാം ചേർന്ന് ജീവിതം ദുസ്സഹമാക്കുന്നുണ്ടെങ്കിലും ഒരു പരീക്ഷണവസ്തുവിൽ നിന്ന് വ്യത്യസ്തമായ ഒരു ജീവിതം തനിക്കിന്നുണ്ട്. ആരും അറിയാതെയുള്ള പാരീസിലെ തന്റെ അപ്പാർട്ട്മെന്റ് ജീവിതത്തിനിടയിലും, താൻ ഇപ്പോഴും ഉണ്ടെന്ന് ജനം കരുതുന്ന റയുൾട് മില്ലെറിൽ നടക്കുന്ന കാര്യങ്ങളെപ്പറ്റി അവർ അറിയിച്ചുകൊണ്ടിരുന്നു. മറ്റുള്ളവർ സംശയിക്കാത്ത രീതിയിൽ അയാൾ പഴയ തന്റെ രൂപത്തിലേക്ക് മടങ്ങിവന്നിരുന്നു. സെഡറിക് അലൻ വെബേഴ്സൺ എന്നയാൾ നീൽ ആംസ്ട്രോങ്ങും യൂറി ഗഗാറിനും പോലെ പ്രശസ്തനായിരുന്നുവെങ്കിലും എല്ലാവരും ആ കഥാകൃത്തായ സെഡറിക് എർഗിനെ മറന്നിരുന്നു. അയാൾ തന്റെ അച്ഛന്റെ നിരീക്ഷണത്തിൽ നിന്ന് രക്ഷപ്പെടാൻ വേണ്ടി ഉണ്ടാക്കിയ ഈ മുഖംമൂടി ഇപ്പോൾ അയാളെ ലോകത്തിന്റെ ദൃഷ്ടിയിൽ നിന്നും രക്ഷപ്പെടുത്തുവാൻ സഹായിച്ചു.

അയാൾക്കറിയാമായിരുന്നു അയാൾ ഒളിച്ചോടാൻ ശ്രമിച്ചാൽ അവർ അയാളെ സൗദി രാജാവിന്റെ കിരീടത്തിലെ നീലരത്നം കട്ടവനെ വേട്ടയാടുന്നപോലെ തേടി വന്നേനേ എന്ന്. അയാൾക്ക് വേറെ ജീവിതം വേണ്ടിയിരുന്നില്ല. അയാൾക്ക് ഒരു വർഷം പോലും കൂടുതൽ ജീവിക്കണമെന്നും ഇല്ലായിരുന്നു. അയാൾക്ക് അറിയണമെന്ന് ഉണ്ടായിരുന്നത് തന്റെ ഉള്ളിൽ നിന്ന് പ്രവഹിക്കുന്ന, തന്നെ നിയന്ത്രിക്കുന്ന ഈ തോന്നലുകൾ എവിടെ നിന്ന് ഉത്ഭവിക്കുന്നു എന്ന് മാത്രമാണ്. അസഹനീയമായ കുറെ വിങ്ങലുകൾ ഒരു സ്വകാര്യത ഇല്ലായ്മ അയാളുടെ ഉള്ളിൽ അനുഭവപ്പെട്ടു. അതിനെ മനോവിദഗ്ധർ വിശേഷിപ്പിച്ചത് ''ആത്മരതിയോട് ചേർന്ന ഒരുതരം സ്വവർഗ്ഗാനുരാഗം'' എന്നാണ്. വിഡ്ഢിത്തം.

അയാൾക്ക് തന്റെ ഒന്നുമില്ലായ്മയുടെ നിസ്സഹായാവസ്ഥയിൽ നാണക്കേട് തോന്നി എന്നതാണ് സത്യം. ഇപ്പോൾ ഈയൊരു അശ്ലീലാവസ്ഥയെക്കുറിച്ചു മാത്രമാണ് അയാളുടെ ചിന്ത.

''നീ നഗ്നനാണെന്ന് ആരു പറഞ്ഞു നിന്നോട്'' എന്ന് ആദമിനോട് സ്രഷ്ടാവ് ചോദിച്ചു. അപകടത്തിനു മുമ്പ്, തന്നെ ശരീരത്തിന്റെ അവകാശത്തെപ്പറ്റി ഒരു ചോദ്യവും ഇല്ലാതിരുന്ന സമയത്ത്,

തന്റെ നഗ്നത തന്റേതുമാത്രമായിരുന്നു. അതിനെപ്പറ്റി ചിന്തിക്കേണ്ടിയിരുന്നില്ല. ''നഗ്നത ഒരു വൃത്തികേട് ആകുന്നത് മനസ്സ് ശരീരത്തെ വെറുക്കുമ്പോഴും പേടിക്കുമ്പോഴും ആണ്. അതേപോലെ ശരീരം മനസ്സിനെ എതിർക്കുകയും ഉപരോധിക്കാൻ ശ്രമിക്കുമ്പോഴുമാണ്.'' ഒരു ഇംഗ്ലീഷ് നോവലിലെ ഈ വാക്കുകൾ അയാൾ ഓർത്തു. ഈ ഒരു കാരണത്താൽ അയാൾക്ക് തന്റെ ഉഭയവ്യക്തിത്വത്തെപ്പറ്റി എല്ലാം അറിയണമെന്ന ഉണ്ടായിരുന്നു. തന്റെ സ്വകാര്യതയില്ലായ്മയെന്ന മാനസിക അവസ്ഥയെക്കുറിച്ചും.

രതിവേളകളിൽ തനിക്കു പരിചിതമല്ലാത്ത, സ്വാതന്ത്ര്യം ലോർണ ഈയിടെ എടുക്കുന്നതായി അയാൾ കണ്ടു. ഒരു മൃഗീയമായ സ്വാർത്ഥതയോടെയുള്ള ആസ്വാദനം പോലെ. അവിടെ അയാൾക്ക് വെറുമൊരു കാഴ്ചക്കാരന്റെ റോൾ മാത്രം. ഗില്ലറ്റനിൽ വധിക്കപ്പെട്ട യുജൻ വൈഡ്മാന്റെ* ശരീരത്തിനു ചുവട്ടിൽ ഒഴുകുന്ന രക്തത്തിൽ തങ്ങളുടെ തൂവാല മുക്കുവാൻ ഓടുന്ന സ്ത്രീകളെ അയാൾക്ക് ഓർമ്മ വന്നത് എന്തുകൊണ്ടാണ്? അയാൾക്ക് മനസ്സിലാക്കാനാവാത്ത എന്തോ അയാളുടെ ഉള്ളിൽ നിറഞ്ഞുനിന്ന് അയാളുടെ എല്ലാ സാമാന്യബുദ്ധിയേയും ഇല്ലാതാക്കുന്നതുപോലെ. ഇങ്ങനെ ഒരു തടയാനാവാത്ത വികാരം അയാളെ ആത്മഹത്യയിലേക്കോ കൊലപാതകത്തിലേക്കോ നയിക്കുമായിരുന്നു. പക്ഷേ അയാളുടെ ഉള്ളിൽ ചുര കുത്തിയ അസൂയയും വിനാശകാരിയായ ഭ്രാന്തും പിതൃഹത്യാ വാഞ്ഛയും എല്ലാം മറ്റുള്ളവരെപ്പോലെ തന്റെ ഉള്ളിലും ഉണ്ടെങ്കിലും അയാൾക്ക് അതിനെ പിടിച്ചുനിർത്തുവാൻ കഴിഞ്ഞിരുന്നു. എങ്കിലും തന്റെ കാഴ്ചപ്പാടും ചിന്താഗതിയും ഓർമ്മയും എല്ലാം ചില സമയത്ത് കൂടിക്കുഴഞ്ഞ് ഒരു കടലിന്റെ അടിയിൽ എന്നപോലെ അവിശ്വസനീയമായ നിറമണിഞ്ഞു.

ലക്സംബർഗ് കൊട്ടാരത്തിലെ ക്ലോക്കിൽ ആറ് തവണ മണി മുഴങ്ങി. സെഡറിക് ഗാർഡനിൽ നിന്നും പുറത്ത് കടന്നു. നഴ്സും മഫ്റ്റിയിലുള്ള അയാളുടെ ബോഡി ഗാർഡും – ആരുടെ ബോഡിയാണ് അവർ ഗാർഡ് ചെയ്യുന്നത്? ഒരു കറുത്ത സെഡാൻ കാർ അയാളുടെ അടുത്തു നിർത്തി. ആരും അയാളെ കാത്തുനിൽക്കുന്നുണ്ടായിരുന്നില്ല. അയാൾ തന്നെപ്പറ്റിയുള്ള കാര്യങ്ങൾ ആരോടും പറഞ്ഞിരുന്നില്ല. ലോർണയോടുപോലും. തന്റെ ഫോൺ മിക്കവാറും അവർ ചോർത്തുന്നുണ്ടാകും.

സ്യൂട്ട്കേസിൽ വസ്ത്രങ്ങളും മരുന്നുകളും ആന്റിബയോട്ടിക്കുകൾ, ഉറക്കഗുളികകൾ, കുറെ ഇമ്മ്യൂണോ സപ്രസീവ് മരുന്നുകളും വെച്ചു.

* ഫ്രാൻസിൽ അവസാനമായി പൊതുജനമദ്ധ്യത്തിൽ ഗില്ലറ്റിനിൽ വധിക്കപ്പെട്ട ജർമ്മൻ സീരിയൽ കില്ലർ

ഒരു ടാക്സി അയാളെ രാത്രി വിമാനത്താവളത്തിൽ എത്തിക്കും. അയാൾ അപ്പോഴും സ്വതന്ത്രൻ ആയിരുന്നു. പുതിയ തിരിച്ചറിയൽ രേഖകളും സ്വന്തമായ ഒരു തലച്ചോറും അയാൾക്ക് ഉണ്ടായിരുന്നു. കോടതിയിൽ പറയുന്നപോലെ അയാളുടെ അവകാശങ്ങൾ 'അനിഷേധ്യവും അനവിഭാജ്യവും പവിത്രവുമായിരുന്നു'. ഇപ്പോഴത്തെ ശത്രു മാറ്റിനിർത്താൻ പറ്റാത്ത കടന്നുകയറുന്ന സ്വപ്നങ്ങളായിരുന്നു. അയാൾ മേൽക്കൂരകൾക്കു മുകളിലുള്ള ഇരുണ്ട നീലാകാശത്തേക്ക് നോക്കി. അവകാശികളില്ലാത്ത തലയ്ക്ക് എന്തെങ്കിലും പ്രതിവിധിയുണ്ടോ?

ഇരുപത്തിമൂന്ന്

വിമാനാപകടം. സ്കോട്ട്ലന്റിൽ ഒക്ടോബർ 12 ബുധനാഴ്ച രാത്രി. പാരീസിൽ നിന്നു രെയ്ക്ജാവികിലേക്കു പോയിരുന്ന ഒരു ബോയിങ് 727 വിമാനം അർദ്ധരാത്രിക്കടുത്ത് വടക്കൻ സ്കോട്ട്ലന്റിൽ തകർന്നുവീണു. അതിൽ 149 യാത്രക്കാരും ഏഴ് ജീവനക്കാരും ഉണ്ടായിരുന്നു. ഒരു ചെറിയ കുഴപ്പത്തെ തുടർന്ന് ഒരു മണിക്കൂറിൽ കൂടുതൽ വൈകി പുറപ്പെട്ട ഫ്ളൈറ്റ് S-413 അതിശക്തമായ ഒരു കാറ്റിനെ ഒഴിവാക്കാൻ അതിന്റെ വ്യോമപാതയിൽ നിന്നു മാറിയാണ് സഞ്ചരിച്ചത്. അപകടകാരണം വ്യക്തമല്ല ആരെങ്കിലും രക്ഷപ്പെട്ടിട്ടുണ്ടോ എന്നും അറിയില്ല.

''യാതൊരു സാധ്യതയുമില്ല.'' സ്വെൻ ഗൈസ്ലർ ഓർത്തു. രാത്രിയിലെ ആ പ്രധാന വാർത്ത ഏജൻസിയുടെ നെറ്റ്വർക്കിലേക്ക് അയച്ചശേഷം അവർക്ക് ഉണ്ടായിരുന്ന രണ്ടായിരത്തിൽപരം മാദ്ധ്യമസുഹൃത്തുക്കൾക്കും അയച്ചു. അയാൾ ജനലിലൂടെ പുറത്തേക്ക് നോക്കി. ഇരുട്ടിനെ മായ്ച്ചുകൊണ്ട് തെരുവുവിളക്കുകളുടെ പ്രകാശം പരക്കുകയായിരുന്നു. അയാൾ ഒന്നുകൂടി പുഞ്ചിരിച്ചു. അതുവരെ അയാളുടെ പദ്ധതികൾ ഒന്നുംതന്നെ തടസ്സപ്പെട്ടിട്ടില്ല.

അയാൾ ഒരു പട്ടാളക്കാരന്റെ ചിട്ടയോടെയാണ് തന്റെ ജോലി ചെയ്തിരുന്നത്. തന്റെ ഒരു സഹപ്രവർത്തകനും തന്റെ ചെറിയ വൈകല്യത്തെപ്പറ്റി പറഞ്ഞ് കളിയാക്കാൻ ധൈര്യപ്പെട്ടിട്ടില്ല. തന്റെ കമ്പ്യൂട്ടർ സ്ക്രീനിനു മുന്നിൽ ഇരുന്ന് അയാൾ സൺട്സു* വിന്റെ ഒരു വാക്യം ഓർത്തു. ''യുദ്ധത്തിൽ ജയിക്കുന്ന ആൾ മറ്റുള്ളവരുടെ

---

* ചൈനയിലെ പുരാതന യുദ്ധതന്ത്രങ്ങളെക്കുറിച്ച് ആധികാരിക ഗ്രന്ഥം രചിച്ച ചിന്തകൻ

നീക്കങ്ങളെ നിയന്ത്രിക്കും. സ്വന്തം നീക്കങ്ങളെ നിയന്ത്രിക്കാൻ മറ്റാരേയും അനുവദിക്കുകയുമില്ല.''

ലോകവാർത്ത ഒഴുകി വന്നു കൊണ്ടിരുന്നു. അക്രമാസക്തമായ വാർത്ത കണ്ടുകൊണ്ടിരുന്ന സ്വെന്നിനു തോന്നി താനൊരു യുദ്ധത്തിന്റെ നടുക്കുള്ള ഭടനാണെന്ന്. ഒരു വീഴ്ചയും കൂടാതെ അയാൾ തന്റെ ജോലി ചെയ്തുകൊണ്ടിരുന്നു. ഓരോ തലക്കെട്ടിനുമോരോ വാക്കുകൾ കൂട്ടിച്ചേർത്തു. അതിനെ മോടിപിടിപ്പിച്ചു. ചിലപ്പോൾ ഒരു കോമയോ വേറൊരു വാക്ക് ചേർക്കലോ മാത്രമേ ആവശ്യം ഉണ്ടായിരുന്നുള്ളൂ. സ്വെൻ ഫ്രഞ്ചിൽ വന്ന വാർത്തകളെ ബുദ്ധിമുട്ടു കൂടാതെ ആവർത്തിച്ചുകൊണ്ടിരുന്നു. തന്റെ മനസ്സ് മുഴുവൻ ലോർണ ലീർ ആയിരുന്നു. തന്റെ തലയിൽ മുഴങ്ങുന്ന ഈ ചിന്ത താൻ ടൈപ്പ് ചെയ്തുകൊണ്ടിരുന്നപ്പോൾ അറിയാതെ ഉറക്കെ പറഞ്ഞുപോയി.

> തുർക്കിയും ഇറാനും വീണ്ടും മിഡിൽ ഈസ്റ്റിൽ ഏറ്റുമുട്ടുന്നു. ഈ യുദ്ധത്തിന് പിന്നിൽ പാശ്ചാത്യ രാജ്യങ്ങളുടെ ഇടപെടലുകളുണ്ട്. അടുത്തുതന്നെ റഷ്യയും അമേരിക്കയും ഇതിന്റെ പേരിൽ ഏറ്റുമുട്ടും എന്നാണ് വിദഗ്ധാഭിപ്രായം.
>
> ആയിരത്തിൽപരം പലസ്തീനിയൻ പോരാട്ടക്കാർ ചെറുകപ്പലുകളിൽ വെള്ളിയാഴ്ച രാവിലെ തെക്കൻ സൈപ്രസിലുള്ള ലാർനാക്കാ തുറമുഖത്തുനിന്ന് ഇസ്രയേലിന്റെ ഗാസാ പ്രതിരോധം തകർക്കുവാനായി പുറപ്പെട്ടു. ഈ യഹൂദവിരോധികളുടെ കപ്പലുകളെ കടലിൽ താഴ്ത്തുമെന്ന് ഇസ്രായേൽ ഭീഷണിപ്പെടുത്തി.
>
> പെന്റഗണിനു വേണ്ടി ജോലി ചെയ്യുന്ന ഒരു അമേരിക്കൻ വിദഗ്ധസംഘം നടത്തിയ ചർച്ചയിൽ, തീവ്രവാദികൾക്കെതിരെ ഇതുവരെ നടത്തിയിട്ടുള്ള എല്ലാ കാര്യങ്ങളും ഒട്ടും ഫലപ്രദം ആയിരുന്നില്ല എന്ന് കണ്ടെത്തി. ഇതിലേക്ക് എത്തിച്ചേരുവാൻ 948 തീവ്രവാദ സംഘങ്ങളെക്കുറിച്ച് കഴിഞ്ഞ 40 വർഷത്തെ വിവരങ്ങൾ പരിശോധിച്ചിരുന്നു.
>
> ബ്രിട്ടീഷ് സർക്കാർ 60000 അപകടകാരികളായ തടവുകാരുടെ രഹസ്യവിവരങ്ങൾ നഷ്ടപ്പെടുത്തിയതായി സമ്മതിച്ചു. അതിൽ അവരുടെ പേരുകളും കുറ്റകൃത്യവിവരങ്ങളും ക്രിമിനൽ രൂപരേഖകളും ഉണ്ടായിരുന്നു.

സ്വെന്നിനു ചിരി വന്നു. അയാൾ സ്വയം ചോദിച്ചു. ''എന്താണ് ഈ ക്രിമിനൽ രൂപരേഖ എന്ന് വെച്ചാൽ?''

പെട്ടെന്ന് ലോർണയുടെ മുഖം ഓർമ്മകളിൽ ഉദിച്ച് മുന്നിലുള്ള കാഴ്ചയെ മറച്ചു. അയാൾ അറിയാതെ ചുണ്ട് കടിച്ചുപിടിച്ച് സങ്കടത്തോടെ വിങ്ങിപ്പൊട്ടി. അയാളുടെ മനസ്സിൽ ഒരു പാട്ടിന്റെ ഏതാനും വരികൾ നിറഞ്ഞുനിന്നു.

''എന്നെ നി മറന്നാലും
ഓർമ്മകളുടെ കനലിൽ ഞാൻ ജീവിക്കും.
മഴ പെയ്തുകൊണ്ടേയിരിക്കുന്നു
ഒരു തുള്ളി പോലും എനിക്ക് ലഭിക്കുന്നില്ല
ഞാൻ നിന്നെ സ്നേഹിച്ചിരുന്നത്
കുറഞ്ഞുപോയോ?''

സ്വെന്നിന്റെ ഈ വിഭ്രമം കുറച്ചു നേരമേ ഉണ്ടായിരുന്നുള്ളൂ. അയാൾ വാച്ചിലേക്ക് നോക്കി. ഒട്ടും വൈകിക്കാതെ അയാൾ ഉരുളുന്ന കസേര മേശയിൽ നിന്ന് തള്ളിനീക്കി. കോട്ട് ധരിച്ച് ഓഫീസിൽ നിന്ന് പുറത്തേക്ക് കടന്നു. അയാളുടെ ചലനങ്ങൾ ഒരു റോബോട്ടിനെ അനുസ്മരിപ്പിച്ചു. ഹാളിൽ ഉള്ള പഴയ ഒരു പെൻഡുലം ക്ലോക്കിൽ സമയം 11.45. തന്റെ വാച്ചിൽ ഒന്നുകൂടെ സമയം നോക്കി ഉറപ്പു വരുത്തി. കാലാവസ്ഥാ നിരീക്ഷണത്തിന് ചുമതലയുള്ള ഒരു സഹ പ്രവർത്തകൻ ലിഫ്റ്റിനരികിൽ നിന്നിരുന്നു. ആളൊരു കഷണ്ടിക്കാരൻ. അയാളുടെ തലയിൽ ഒരു ശസ്ത്രക്രിയയുടെ പാടുണ്ടായിരുന്നു.

''അപ്പോൾ ഇന്നത്തേക്ക് മതിയാക്കിയോ?''

''കാര്യമായ വാർത്തകൾ ഒന്നുമില്ല. ഞാൻ പോവുകയാണ്.''

''നമുക്ക് ഒരു കോഫി കുടിച്ചാലോ പുറത്തു നിന്ന്. ഒരു പതിനഞ്ച് മിനിറ്റെടുക്കും മഴ പെയ്തുതുടങ്ങാൻ.''

സ്വെന്നിന് മറുത്തു പറയാൻ കഴിഞ്ഞില്ല. വെർമോണ്ടിലെ കോഫി, കയ്പ്പേറിയ തന്റെ ഓഫീസിലെ കോഫിയേക്കാൾ എത്രയോ മെച്ചപ്പെട്ടതാണ്. കാലാവസ്ഥാ നിരീക്ഷകൻ ലിഫ്റ്റിലെ ബട്ടൺ തെറ്റിച്ച് അമർത്തി. ലിഫ്റ്റ് വളരെ വേഗത്തിൽ മേല്പോട്ട് നീങ്ങിക്കൊണ്ടിരുന്നു. ഇതു കണ്ടപ്പോൾ അയാൾക്ക് ഒരു അവിശ്വസനീയമായ വാർത്ത ഓർമ്മ വന്നു. ഒരു ജർമൻ പാരാഗ്ലൈഡർ ഒരു കൊടുങ്കാറ്റിൽ അകപ്പെട്ടു. 32000 അടി ഉയരത്തിലേക്ക് അത് അവളെപ്പൊക്കിക്കൊണ്ടുപോയി. ഇടിമിന്നലും ഓക്സിജന്റെ അഭാവവും -60 ഡിഗ്രിയിലെ തണുപ്പും എല്ലാം അതിജീവിച്ച് അവൾ ദൂരെ ഒരു താഴ്വാരത്തിൽ ചെന്നുവീണു.

കഫേയിലെ വെയിറ്റർ കാലാവസ്ഥാ നിരീക്ഷകന്റെ തലയിലെ ശസ്ത്രക്രിയയുടെ പാട് ശ്രദ്ധിച്ചുകൊണ്ട് പറഞ്ഞു.

''ഇന്ന് മഴ പെയ്യുമായിരിക്കും.'' അയാൾ മേശമേൽ രണ്ട് കപ്പ് കോഫി അവർക്കു മുന്നിൽ വെച്ചു.

''കണ്ടോ എല്ലാവർക്കും പിടികിട്ടി എന്റെ കാര്യം. ഞാൻ അഞ്ചു വർഷം കഷ്ടപ്പെട്ടാണ് അന്തരീക്ഷത്തിലെ ദ്രാവകത്തിന്റെ പ്രവർത്തനം

പഠിച്ചെടുത്തത്. എന്റെ അപകടം എന്നെ ഒരു ചലിക്കുന്ന ബാരോമീറ്റർ ആക്കി മാറ്റിയിരിക്കുന്നു.''

സ്വെൻ കഫെയിൽ അടുക്കിവെച്ചിരുന്നതിൽ നിന്ന് ഒരു പത്രം എടുത്തു. വിമാനാപകടത്തെപ്പറ്റി ഒന്നുമില്ല. ചരമ പേജിലൂടെ കടന്നുപോയപ്പോൾ അയാൾ ആകസ്മികമായി മോറിസ് അലിൻ വെബേഴ്സണിന്റെ മരണവാർത്ത കണ്ടു. ''ഫാർമസ്യൂട്ടിക്കൽ ഇൻഡസ്ട്രിയിലെ പ്രമുഖൻ മരിച്ചിരിക്കുന്നു.'' ആദ്യത്തെ അവയവമാറ്റവുമായി അയാൾക്ക് ബന്ധമുണ്ടെന്ന് അതിൽ പറഞ്ഞില്ല. മാത്രമല്ല, സുന്ദരിയായ ലോർണയുമായുള്ള ബന്ധത്തെപ്പറ്റിയും. സ്വെന്നിന് തന്റെ കമ്പ്യൂട്ടർ വഴിയുള്ള അന്വേഷണങ്ങളിലൂടെ എല്ലാ കാര്യവും അറിയാമായിരുന്നു.

കാലാവസ്ഥാ വിദഗ്ധൻ പറഞ്ഞു. ''നിങ്ങളുടെ പേര് സ്വെൻ ഗീസ്ലർ എന്നല്ലേ. ഒരു പ്രസിദ്ധനായ ജർമൻ ജിയോഗ്രാഫർ ഉണ്ടായിരുന്നു ആ പേരിൽ.''

''അത് ഏതെങ്കിലും വിധത്തിൽ എന്റെ പൂർവികൻ ആയിരിക്കും.''

''ഞാൻ മിച്ചലെ ആണ്. പ്രസിദ്ധ ചരിത്രകാരനെപോലെ. പക്ഷേ അദ്ദേഹം എന്റെ ബന്ധുവൊന്നുമല്ല.''

പതിവുപോലെ ഓഫീസിലേക്ക് പോകും മുമ്പേ ലോർണ കാപ്പി കുടിക്കാനും ആ ദിവസത്തെ പത്രവും സിഗരറ്റും വാങ്ങാനുമായി വേർമോണ്ടിൽ കയറി. അവളെ കണ്ടപ്പോൾ സ്വെന്നിന് 'ദൈവം തന്നെ അനുഗ്രഹിച്ചു' എന്ന് തോന്നി. പക്ഷേ, അവൾ അയാളെ കണ്ടില്ല. ലോർണ തന്നെ കണ്ടുപിടിക്കും മുന്നേ അയാൾ അവളുടെ മുന്നിൽ പ്രത്യക്ഷപ്പെട്ടു.

''മിസ്സ് ലോർണ'' അയാൾ പുഞ്ചിരിച്ചുകൊണ്ട് അവളോട് ചോദിച്ചു. ''നിങ്ങൾക്കറിയാമോ ചാനലുകാർ പോലും ശ്രദ്ധിക്കാത്ത ചില വാർത്തകൾ ഇന്ന് വന്നിട്ടുണ്ടെന്ന്.''

''ഓ സ്വെൻ, നിങ്ങൾ?'' അവൾക്ക് തന്നെ ഒരാൾ കണ്ടുപിടിച്ചതിലുള്ള അലോസരത്തോടെ പ്രതികരിച്ചു.

''ഇത് വായിച്ചു നോക്കൂ, ഇത് നിങ്ങൾക്ക് താല്പര്യമുള്ള വാർത്തയായിരിക്കും.'' ചരമവാർത്തകളുള്ള പേജ് അയാൾ അവൾക്ക് കൊടുത്തു.

ഇത്രയും നടുക്കുന്ന ഒരു വാർത്ത തനിക്ക് മുന്നിൽ കണ്ടിട്ടും അവൾ യാതൊരു വികാരവും അത്ഭുതവും പ്രകടിപ്പിച്ചില്ല. കുറച്ചു കാലമായി എല്ലാം അടുക്കിപ്പിടിക്കാനുള്ള ഒരു കഴിവ് അവൾ നേടിയിരുന്നു. സെഡറിക്കിനെ കാണാതായപ്പോൾ മുതൽ തന്നിലേക്കു തന്നെ ഉൾവലിഞ്ഞ അവസ്ഥയിലായിരുന്നു. ദിവസം തോറും കൂടി

വരുന്ന വിഷമം കൊണ്ട് പ്രയാസപ്പെട്ടിരുന്ന അവളൊന്നു വിളറിയതല്ലാതെ മറ്റൊന്നും പ്രകടിപ്പിച്ചില്ല.

''അയാൾക്ക് നല്ല പ്രായമുണ്ടായിരുന്നു'' എന്ന് പ്രതികരിച്ച അവൾ ആ മെലിഞ്ഞ മുഖമുള്ള കോടീശ്വരനെ ഓർത്തു. തന്റെ വംശത്തിന്റെ നിലനില്പിന് വേണ്ടി അയാൾക്ക് വേണമെങ്കിൽ അനാദികാലം ചെറുപ്പക്കാരുടെ ശരീരങ്ങളുടെ സഹായത്താൽ ജീവിക്കാമായിരുന്നു.

ഇരുപത്തിനാല്

സെഡറിക് തന്റെ മുഖം കറുത്ത സൺഗ്ലാസുകൊണ്ട് മറച്ചിരുന്നു. ടുറീൻ വിമാനത്താവളത്തിൽനിന്ന് സാൻ പേഡ്രോ ഹോസ്പിറ്റലിലേക്ക് പോകുവാൻ വേണ്ടി സെഡറിക് ഒരു സാധാരണ ആൽഫാ റോമിയോ കാർ വാടകയ്ക്കെടുത്തു. തന്നെ ആരും തിരിച്ചറിയരുതെന്ന ആഗ്രഹമായിരുന്നു അതിനു പിന്നിൽ. അയാൾ വണ്ടി ഓടിക്കുവാൻ മറന്നിരുന്നില്ല എങ്കിലും അയാളുടെ കൈചലനങ്ങൾ ക്രമീകരിക്കുവാൻ കുറച്ചു സമയമെടുത്തു. രണ്ട് ആൾക്കാരുടെ കൈകൾ സ്റ്റിയറിങ്ങിനു വേണ്ടി പിടിവലി കൂടുന്ന പോലെയായിരുന്നു തുടക്കത്തിൽ.

ഡോ. ഐമേറിറ്റ്സ് താൻ ഒരു പത്രപ്രവർത്തകൻ ആണെന്ന് കരുതി ഇന്റർവ്യൂവിന് തന്നെ ഇരുകൈയും നീട്ടി സ്വീകരിച്ചു. താൻ ആരാണെന്ന് മനസ്സിലായില്ലെങ്കിലും ആ ഡയറക്ടർ അവയവദാതാവിന്റെ വിവരം വെളിപ്പെടുത്തണമെന്ന തന്റെ ആവശ്യം കേട്ടപ്പോൾ ജാഗരൂകനായി. ജോർജിയോ കടാവേരോയും തന്റെ കൂടിയുള്ള മറ്റ് വിദഗ്ധരും സാൻ പേഡ്രോ ക്ലിനിക്കിൽ നിർവഹിച്ച ആ ദൗത്യം വൈദ്യരംഗത്തിലെ ചരിത്രസംഭവമായി മാറിയിരുന്നു. എന്നിരുന്നാലും ശരീരം എവിടെ നിന്ന് വന്നു എന്ന് തനിക്ക് അറിയില്ല എന്ന് അദ്ദേഹം പറഞ്ഞു. ആകെ അറിയാമായിരുന്നത് അത് ഓപ്പറേഷന്റെ തലേ ദിവസം ഹെലികോപ്റ്ററിലെത്തി എന്നു മാത്രമാണ്. ആ സമയത്ത് മാത്രം പ്രവർത്തനം തുടങ്ങിയ ആശുപത്രിയുടെ അഡ്മിനിസ്ട്രേഷനും പുതിയതായിരുന്നു. അത്രയും പ്രവർത്തനക്ഷമത ഉണ്ടായിരുന്നുമില്ല. കൂടാതെ അവർക്കു സെഡറിക് അലൻ വെബേഴ്സണിന്റെ മെഡിക്കൽ ഫയൽ എടുക്കാൻ ഉള്ള അധികാരവും ഇല്ലായിരുന്നു. പോരാത്തതിന് രോഗിയെക്കുറിച്ചുള്ള രഹസ്യവിവരങ്ങൾ പുറത്ത് നൽകുന്നതിന് നിയമപരമായി അവർക്ക് സാധിക്കുകയും ഇല്ലായിരുന്നു. ''താങ്കൾ സ്വാലിൻ ആശുപത്രിയിൽ ചെന്ന് ഡോ. കടാവേരോയോട് ചോദിച്ചു നോക്കൂ.''

അടുത്ത ദിവസം സെഡറിക് എത്തിച്ചേർന്ന ട്രിയാസ്റ്റേയിലെ ഡോ. എമിൽ സ്കൂളറും ഒന്നും വിട്ടുപറഞ്ഞില്ല. പക്ഷേ, സ്പെയിനിലെ തന്റെ സഹപ്രവർത്തകരോടുള്ള അസൂയ കാരണം സ്കൂളർ ആ പത്രപ്രവർത്തകനെ സ്വീകരിച്ചു. പക്ഷേ അവയവ ദാതാവിനെക്കുറിച്ചുള്ള ചോദ്യം ഉന്നയിച്ചപ്പോൾ അയാൾ മൗനം പാലിച്ചു. തനിക്ക് അവയവമാറ്റ ശസ്ത്രക്രിയയെക്കുറിച്ച് അയാൾക്ക് തുടക്കത്തിലേ ഉണ്ടായിരുന്ന വിയോജിപ്പ് അയാൾ വീണ്ടും വിവരിച്ചുകൊണ്ടിരുന്നു. സെഡറിക് അയാളെ തുടരുവാൻ അനുവദിച്ചു.

''ഈ കാലത്ത് ആരാണ് മനുഷ്യത്വത്തെക്കുറിച്ച് ആലോചിക്കുന്നത്? എല്ലാവരും അവയവദാനത്തിന് ബാങ്കുകൾവരെ തുറക്കുവാനുള്ള ഓട്ടത്തിലാണ്. ഹൃദയമാറ്റ ശസ്ത്രക്രിയതന്നെ വളരെ അപകടകാരിയാണ്. പിന്നെയല്ലേ ശരീരമാറ്റം? തലച്ചോർ മരണം സംഭവിച്ചിരിക്കുന്നതുകൊണ്ട് മാത്രം അവയവങ്ങൾ എടുക്കുന്ന സംവിധാനം പലതരത്തിലും കുഴപ്പം പിടിച്ചതാണ്. ഈ കാലത്ത് അവയവദാന ടീമിന് പെട്ടെന്ന് അവയവങ്ങൾ എത്തിക്കുവാനുള്ള എല്ലാ സൗകര്യങ്ങളും ഉണ്ട്. നിങ്ങൾക്ക് തോന്നുന്നുണ്ടോ അവയവദാതാക്കളുടെ ബന്ധുക്കളെ ഉടനടി എല്ലാം അറിയിക്കുന്നുണ്ടെന്ന്. മിക്കപ്പോഴും എല്ലാം അവസാനിച്ചിരിക്കുന്ന സന്ദർഭത്തിലും ഡോക്ടർമാർ അവർക്ക് മികച്ച ചികിത്സ നൽകിക്കൊണ്ടിരിക്കുകയാണ് എന്നായിരിക്കും ബന്ധുക്കളോട് പറഞ്ഞുകൊണ്ടിരിക്കുന്നത്.''

''നിങ്ങൾ വിശ്വസിക്കുന്നുണ്ടോ ജോർജ്ജിയോ കടാവേരോ അവയവമാറ്റം നടത്തിയ ആ ശരീരം അവയവദാനത്തിന് സമ്മതം കിട്ടിയതാകുമെന്ന്? അയാളുടെ കുടുംബത്തിന്റെ സമ്മതം ലഭിച്ചിട്ടുണ്ടാകുമോ?''

''ഇതൊന്നും നിങ്ങൾ എഴുതരുത്.'' ഷെല്ലർ പരിഭ്രമത്തോടെ പറഞ്ഞു. ''എനിക്ക് തോന്നുന്നത് ആരോ കടാവേരോയ്ക്കു വേണ്ടി ഒരു അപകടം നടന്ന മനുഷ്യന്റെ ശരീരം കണ്ടുപിടിച്ചിരിക്കും എന്നാണ്. ഉദാഹരണത്തിന് ഒരു തലച്ചോർ മരണം സംഭവിച്ച ബൈക്ക് യാത്രികൻ. ഇങ്ങനെയുള്ള കേസുകൾ എല്ലാ ദിവസവും ധാരാളം ഉണ്ടാവുന്നതാണ്. പക്ഷേ, നാഷണൽ ആശുപത്രിയിൽ ഉള്ള വിവരങ്ങൾക്ക് കർശനമായി നിയമങ്ങൾക്ക് വിധേയമായിരിക്കുകയും വേണം. ഇതാണ് എന്റെ വിശ്വാസം.''

സെഡറിക് അന്നുരാത്രി ടൂറിസ്റ്റുകൾക്ക് വേണ്ടിയുള്ള ഒരു റസ്റ്റോറന്റിൽ നിന്നുമാണ് ഭക്ഷണം കഴിച്ചത്. അതിനുശേഷം കെംപിൻസ്കി പാലസിലെ തന്റെ വിശാലമായ മുറിയിലേക്ക് ചെന്നു. അവിടെ നിന്നു നോക്കിയാൽ ട്രിയാസ്റ്റയിലെ ഉൾക്കടൽ കാണാമായിരുന്നു. ഇവിടെയുള്ള എല്ലാ എമർജൻസി ആശുപത്രികളും സന്ദർശിക്കുക

എളുപ്പമല്ല. ഇത് അയാളെ കൊണ്ട് സാധിക്കുമോ? അയാൾക്ക് തോന്നി ആ ഡോക്ടർ സ്കൂളർ ഉള്ളിലെ അസൂയ മൂലമായിരിക്കണം ഇത്രയും വിവരമെങ്കിലും അയാൾക്ക് നൽകിയത്. അനിശ്ചിതത്വവും നിസ്സഹായതയും മാത്രം ഉണ്ടായിരുന്ന തനിക്ക് കിട്ടിയ ഈ വിവരങ്ങൾ വളരെ ഉപയോഗപ്രദമാകും.

രാജകീയമായ വലിയ കട്ടിലിൽ കിടന്നുകൊണ്ട് സെഡറിക് എർഗ് ഏതൊക്കെയോ സ്വപ്നങ്ങളിലും കുറെ ചിന്തകളിലും മുഴുകി ഉറങ്ങിപ്പോയി. പാരീസ് വിട്ടപ്പോൾ മുതൽ അയാൾക്ക് തലകറക്കവും മന്ദിപ്പും അനുഭവപ്പെട്ടിരുന്നു. അയാളുടെ ബ്ലഡ് പ്രഷർ കൂടിയും കുറഞ്ഞും ഇരുന്നു. ചലനശേഷിക്കും എന്തൊക്കെയോ പ്രശ്നങ്ങൾ ഉണ്ടായിരുന്നു. പരസ്പരവിരുദ്ധമായ മാനസികനിർദ്ദേശങ്ങൾ ലഭിക്കുക മൂലം അയാൾ നിസ്സഹായനായിരുന്നു.

എങ്ങനെയാണ് മറ്റൊരാളുടെ ശരീരം ചുമക്കുമ്പോൾ ശാരീരിക അസ്വസ്ഥത ഉണ്ടാകാതിരിക്കുക? ഒറ്റയ്ക്ക് ഒരു സ്ഥലത്ത് അനങ്ങാതെ ഇരിക്കുകയോ കിടക്കുകയോ ചെയ്യുന്ന അവസ്ഥയിൽ സെഡറിക്കിന് തന്റെ ശരീരത്തിനകത്തെ അവയവങ്ങൾ അസ്വസ്ഥതയോടെ പ്രതിഷേധിക്കുന്നതിന്റെ ശബ്ദങ്ങൾ തൊലിയിലൂടെ സഞ്ചരിക്കുന്നതായി അനുഭവപ്പെട്ടു. പിന്നീട് അതൊരു ആഞ്ഞടിക്കുന്ന ഭയതരംഗമായി ശരീരത്തിൽ പടരും. ഉറക്കത്തിൽ അയാൾക്ക് പലപ്പോഴും അയാളുടെ പഴയ ശരീരത്തിന്റെ അവസ്ഥകളിലേക്ക് മടങ്ങിപ്പോകാനുള്ള ത്വരമൂലം കഴുത്തിൽ ശക്തമായ ഒരു വിങ്ങൽ അനുഭവപ്പെടും. ഒരു പ്രേതാത്മാവും മരിച്ചുജീവിക്കുന്ന ശരീരവും തമ്മിലുള്ള നിരന്തരമായ യുദ്ധത്തിനൊടുവിൽ അയാൾ ഉറങ്ങിപ്പോകും. കാലത്ത് ക്ഷീണത്തോടെ ഉണർന്നെണീക്കുമ്പോഴും അയാളുടെ മനസ്സ് ഒരിക്കലും ശാന്തമാകാറില്ല.

അയാൾ ചെയ്യാൻ പുറപ്പെട്ടിരിക്കുന്ന ദൗത്യം ശ്രമകരവും ആരോഗ്യത്തിന് വെല്ലുവിളിയുമായിരുന്നു. ഒരു ഹൃദയസ്തംഭനമോ സ്ട്രോക്കോ ഏതു നിമിഷവും സംഭവിച്ചേക്കാം. പക്ഷേ ഏതോ ഒരു ശക്തി മുന്നിലേക്ക് നയിച്ചു. മുറിയിലിരുന്നുതന്നെ ബ്രേക്ക്ഫാസ്റ്റ് കഴിച്ചു. മുറിയിൽ വച്ചാകുമ്പോൾ ഇത്രയധികം ഗുളികകൾ കഴിക്കുന്നത് ആരും കാണില്ലല്ലോ. അയാൾ ഹോട്ടലിലെ ഹാളിലേക്ക് നീങ്ങി. അയാൾ ആരാണെന്ന് ആരും തന്നെ മനസ്സിലാക്കിയിരുന്നില്ല. അയാൾ മൊബൈൽ ഫോൺ മനപ്പൂർവ്വം എടുക്കാതിരിക്കാൻ ശ്രദ്ധിച്ചു. അപരിചിതരായ ആൾക്കാർക്കിടയിൽ തന്നെ ആരും ശല്യപ്പെടുത്തുകയില്ല. ''ഒരു ആദിമമനുഷ്യന്റെ പ്രായപൂർത്തിയായ കുഞ്ഞ്'' എന്നപോലെ. തന്റെ ചിന്തകളുടെ സ്വയമേയുള്ള ക്രോഡീകരണത്തിന്റെ രീതി കണ്ട് അയാൾ വിസ്മയിച്ചു. അയാൾക്ക്

അയാളുടെ ഓർമ്മകളും ചിന്തകളും അപരിചിതമായി തോന്നി. തന്റെ ഒരു പൂർവ്വജന്മത്തിലെ കാര്യങ്ങളെപ്പറ്റി പറയുന്ന കള്ളസാക്ഷികളാണ് അവയെന്ന് അനുഭവപ്പെട്ടു.

വാടകക്കാറിൽ റോമിലേക്ക് പുറപ്പെട്ട അയാൾക്ക് പെട്ടെന്ന് വഴി തെറ്റിയതുപോലെ തോന്നി. ഒരു സ്ഥലകാലബോധമില്ലായ്മ. പല സംശയങ്ങളും. എന്തുകൊണ്ട് ഞാൻ ഈ വഴി വന്നു. വേറൊരു വഴി സ്വീകരിച്ചുകൂടേ? മാത്രമല്ല, താൻ റോമിലേക്ക് പോകുന്നത് എന്ത് ചെയ്യാനാണ്. പകൽ ചൂട് കൂടി വന്നപ്പോൾ അയാൾ വണ്ടിക്കുള്ളിലെ എയർ കണ്ടീഷണർ ഓൺ ചെയ്യാൻ ശ്രമിച്ചു. സാധിച്ചില്ല. എങ്ങനെ അത് പ്രവർത്തിപ്പിക്കണമെന്ന് അയാൾക്ക് ഓർമ്മ വന്നില്ല. അതിനാൽ അയാൾ തന്റെ കോട്ട് ഊരിക്കളഞ്ഞു. ടീഷർട്ട് മാത്രം അണിഞ്ഞിരുന്ന അയാൾ പെട്ടെന്നാണ് തന്റെ കഴുത്തിൽ ഉള്ള ശസ്ത്രക്രിയയുടെ പാട് കണ്ണാടിയിൽ കണ്ടത്. അത് ഒരു മാല പോലെയായിരുന്നു തന്റെ വിയർപ്പുതുള്ളികൾ അതിലെ മുത്തുകൾ പോലെയും.

കുറേ നേരത്തെ ലക്ഷ്യമില്ലാത്ത ഓട്ടത്തിന് ശേഷം അയാൾ ഭംഗിയുള്ള ഒരു ഗ്രാമീണ പ്രദേശത്ത് എത്തി. പ്രകാശത്തിന്റെ ഒരു പാളി അയാളുടെ ത്വക്കിലും ആത്മാവിനും പ്രവേശിച്ചു. ആസന്ന മരണചിന്തകളിൽ നിന്ന് മുക്തനായി അയാൾക്ക് താൻ പുനർജീവിക്കപ്പെട്ടതായി അനുഭവപ്പെട്ടു. ഫ്ളോറൻസിലെ ഹൈവേയിൽ വണ്ടികൾ പതിയെ പതിയെ പോയി. നൂറിലധികം മുഖങ്ങൾ ഒന്നിനു പിറകെ ഒന്നായി പോകുന്നത് അയാൾ നോക്കി. എന്നാൽ പണ്ടത്തെ കാഴ്ചകളെല്ലാം അയാൾക്ക് നഷ്ടപ്പെട്ടു. ഏതോ യാത്രയിലാണ് എന്നു മാത്രം അയാൾക്ക് തോന്നി. ആ വഴിയോരത്തെ ഭംഗി കാഴ്ചകൾ അയാളുടെ തലച്ചോറിലേക്ക് ഒരു പ്രകാശത്തിന്റെ മിന്നാമിനുങ്ങുകൾപോലെ എന്തൊക്കെയോ ചിത്രങ്ങൾ അയച്ചു.

ഈ മായക്കാഴ്ചകൾക്കിടയിൽ അയാൾ ഒരു അപരിചിത രൂപം നിഴൽ പോലെ കണ്ട് പെട്ടെന്ന് വണ്ടി നിർത്തി. അയാൾ സ്വപ്നം കണ്ടതല്ല എന്ന് ഉറപ്പു വരുത്തിയപോലെ പെട്ടെന്ന് ഒരാൾ തന്റെ കാറിലേക്ക് ചാടിക്കയറിയിരുന്നു. ഒന്നും മിണ്ടാതെ. അയാളുടെ ബാഗ് അയാളുടെ കാലിനിടയിൽ വെച്ചു. വണ്ടി നീങ്ങിത്തുടങ്ങിയപ്പോൾ യാത്രക്കാരന്റെ കൈമസിലുകളിൽ പച്ചകുത്തിയ വ്യാളികളുടെയും മറ്റു പലതരം ജീവികളുടെയും ടാറ്റൂകൾ ജീവൻവെച്ച പോലെ അനങ്ങി. അയാൾ ഏതോ ഭാഷയിൽ ചോദിച്ചു. ‘‘നിങ്ങൾ എന്റെ കൈയിലെ ടാറ്റൂകളാണോ നോക്കുന്നത്? എന്റെ പുറത്തും നെഞ്ചത്തും കുറേക്കൂടി ഉണ്ട്. എന്റെ ശരീരമൊരു മ്യൂസിയം തന്നെയാണ്. നിങ്ങൾ ഇംഗ്ലീഷുകാരനാണോ? ഫ്രഞ്ച്? ഞാൻ ഒരു സിസിലിക്കാരനാണ്. പക്ഷേ, ഫ്രഞ്ച് ഭാഷ അറിയാം.’’

വണ്ടി ഓടിക്കുന്ന ആൾക്ക് ഒന്നും മനസ്സിലാകുന്നില്ല എന്ന് മനസ്സിലായപ്പോൾ അയാൾ ചിരിച്ചുകൊണ്ട് തന്റെ ഷർട്ട് പൊക്കി കൂടുതൽ ടാറ്റൂ രൂപങ്ങൾ കാണിച്ചു.

അയാളുടെ നെഞ്ചിനു മുകളിൽ ആയി സെഡറിക്കിനു പരിചയമുള്ള ഒരു ടാറ്റൂ ഉണ്ടായിരുന്നു. മൂന്ന് കാലുകളും അതിനു നടുവിൽ മെഡൂസയുടെ തലയും. ഒരു പർപ്പിൾ പശ്ചാത്തലത്തിൽ അത് ചൂണ്ടിക്കാണിച്ചപ്പോൾ ആ മനുഷ്യൻ ഇറ്റാലിയൻ ഭാഷയിൽ പറഞ്ഞു. ‘‘എന്റെ രാജ്യം സിസിലി. ഞങ്ങളുടെ കൊടി അടയാളം ‘ട്രിസ്കെലസ്’.’’

മനസ്സിലാകാതെ സെഡറിക് അയാളെ നോക്കി വണ്ടി ഓടിച്ചു.

ഇരുപത്തിയഞ്ച്

വിദേശത്ത് ഇരിക്കുമ്പോൾ അവിടുത്തെ ഭാഷ അറിയില്ലെങ്കിൽ നമ്മൾ ഈ ലോകത്തിൽനിന്നുതന്നെ നിഷ്കാസിതനായതുപോലെ തോന്നും. അങ്ങനെയാണ് സെഡറിക്കിനു ഫെറി കടന്ന് സിസിലിയിൽ എത്തിയപ്പോൾ തോന്നിയത്. നീണ്ടുകിടക്കുന്ന കുന്നുകളുടെ ഇടയിൽ പരന്നുകിടക്കുന്ന മെസ്സീനാ നഗരം. വഴിയിൽ അയാൾ സൈനിക ആയുധപ്പുരകളും തുറമുഖവും കണ്ടു. അയാളുടെ മനസ്സ് ശൂന്യമായിരുന്നു. ഇവിടെ വരണമെന്നോ എന്തെങ്കിലും കാണണമെന്നോ കരുതി വന്നതല്ല. പക്ഷേ എന്തൊക്കെയോ യാദൃച്ഛികമായ കാര്യങ്ങൾ ഒറ്റയ്ക്കുള്ള ഈ യാത്രയിൽ തന്നെ ഇവിടെ എത്തിച്ചതാണ്. ഒരു ടാറ്റൂ മാത്രമാണ് കാരണം. പൊതുഇടങ്ങളിൽ ഇറ്റാലിയൻ പതാകയുടെ നടുക്ക് അയാൾ തന്റെ ടാറ്റൂവിലുള്ള അതേ ചിത്രം കണ്ടു. ചുവപ്പും മഞ്ഞയും കലർന്ന പതാകയുടെ നടുക്ക് വികൃതമാക്കപ്പെട്ട സ്വാസ്ഥികചിഹ്നംപോലെ. നടുക്ക് കിരീടം വെച്ച മെഡൂസയുടെ മുഖം.

ജംഗ്ഷൻ എത്തിയപ്പോൾ ട്രപണി-മാർശാല റോഡ് എടുക്കണോ അതോ സിറാക്ക്യുസിലേക്ക് പോകണോ എന്ന് അയാൾക്ക് തീരുമാനിക്കാനായില്ല. ചൂട് അസഹ്യമായിരുന്നു. അയാളുടെ മുഖം വെയിലടിച്ച് കരുവാളിച്ചിരുന്നു. ഷർട്ട് വിയർപ്പുകൊണ്ട് കുതിർന്നിരുന്നു, അയാൾ ഒന്നും ചിന്തിക്കാതെ തെക്കുപടിഞ്ഞാറൻ ഭാഗത്തേക്ക് നീങ്ങി. ടവോർമിനയിൽ എത്തിയപ്പോഴേക്കും അയാൾ തളർന്നിരുന്നു. അതിനാൽ അവിടെ അയാൾ ഒരു ഹോട്ടൽ കണ്ടെത്തി വിശ്രമിക്കാൻ തീരുമാനിച്ചു.

ആ കൂറ്റൻ കർട്ടനുകൾ ഉള്ള മുറിയിൽ ഒരു മണിക്കൂറോളം വിശ്രമിച്ചതിനുശേഷം ഇവിടെ ഈ മുറിയിൽ താൻ എന്താണ് ചെയ്യുന്നതെന്ന് ആലോചിച്ചു. എന്തോ ഒന്ന് അയാളുടെ ഉള്ളിൽ ഇരുന്ന് അയാളെ ഇങ്ങനെ രക്ഷപ്പെടാൻ നിർബന്ധിക്കുകയായിരുന്നു. ഒരു ജീവന്മരണ പ്രശ്നം പോലെ. പക്ഷേ ഇങ്ങനെ അലഞ്ഞു തിരിയാൻ ഇടയാക്കിയതിന് അയാൾ തന്നെത്തന്നെ കുറ്റം പറഞ്ഞു. ശരിക്കും നോക്കിയാൽ ഇതൊന്നും തന്നെ ബാധിക്കേണ്ട ആവശ്യമേ ഇല്ല. ഒരു ശരീരം ഇല്ലാത്ത അയാൾക്ക് എന്ത് മരണം?

ജീവിതത്തിലെ നഷ്ടമായ ചില സുഖങ്ങൾ അയാൾക്ക് ഓർമ്മ വന്നു. ലോർണയുടെ സാമീപ്യം, അവൾ നൽകുന്ന ചൂട്, പാരീസിലെ മേൽക്കൂരയിൽ അതിരാവിലെ കയറി വരുന്ന വെളിച്ചം. ഒരു വെട്ടുകത്തിയിൽ നിന്ന് രക്ഷപ്പെട്ട മുറിവേറ്റ പൂവൻകോഴിയെപ്പോലെ താൻ ലക്ഷ്യമില്ലാതെ ഓടുകയായിരുന്നു. അയാൾ കടന്നു പോയ ആ വഴികളുടെ സൗന്ദര്യം, നീലനിറം, പല നിരയിലുള്ള ഉദ്യാനങ്ങൾ. അയാൾ അവയെല്ലാം വെറും ഒരു ദ്വിമാനചിത്രമായി കണ്ടു. ടൂറിസ്റ്റ് യാത്രകൾ അയാൾക്ക് ഒരിക്കലും ഇഷ്ടമായിരുന്നില്ല. പക്ഷേ, അയാൾ ലോർണയോടൊപ്പം യാത്ര ചെയ്തു. അവളെ സന്തോഷിപ്പിക്കുന്നതിനുവേണ്ടി മാത്രം.

അയാളുടെ തലയ്ക്കുള്ളിൽ ഒരു അഗ്നി ഉണ്ടായിരുന്നു. അതിന്റെ സാന്നിധ്യം ചെറിയ മിന്നലുകളിലൂടെയും തെറ്റായ ഓർമ്മകളിലൂടെയുമാണ് അയാൾ അറിഞ്ഞത്. മനുഷ്യന്റെ ഉള്ളിലേക്ക് കടന്നുകയറി മാറ്റങ്ങൾ സംഭവിപ്പിക്കുന്ന വൈറസുകളെപ്പറ്റി അയാൾ വായിച്ചിരുന്നു. അത് മനുഷ്യനിൽ പലവിധ അസുഖങ്ങളും പലവിധ മാറ്റങ്ങളും കൊണ്ടുവരുമായിരുന്നു. ചിലപ്പോൾ അത് അവയുടെ നിയന്ത്രണംതന്നെ ഏറ്റെടുക്കും. അതുപോലെ അയാൾക്ക് തന്റെ ഉള്ളിലും എന്തോ കയറിക്കൂടിയിരിക്കുന്നതായി തോന്നി. കുളങ്ങളിൽ ജീവിക്കുന്ന വിര കുളത്തിൽ ഉള്ള ലാർവേകളിൽ കടന്ന് അതിനെ തിന്നുന്ന ചീവീടുകളുടെ ഉള്ളിൽ പെറ്റുപെരുകുകയും ചീവീടുകളുടെ മരണത്തിന് കാരണമാകുകയും ചെയ്യുന്നതുപോലെ.

കർട്ടന് ഇടയിലൂടെ കയറിവരുന്ന വെളിച്ചത്തിൽ അയാളുടെ കൺപോളകൾ ചിമ്മി. അയാൾ വീണ്ടും ഏതോ സ്വപ്നത്തിലേക്ക് മുഴുകി. ഒരു വൈറസിന് അത് കയറിക്കൂടിയ ജന്തുവിന്റെ ഭാഷയും ഉച്ചാരണവും മാറ്റാനാവുമോ? അങ്ങനെ എന്തെങ്കിലും ഒന്ന് തന്റെ ഉള്ളിൽ കയറി തനിക്ക് ഇറ്റാലിയൻ ഭാഷ മനസ്സിലാക്കിത്തന്നാൽ നന്നായിരുന്നു. അഥവാ എല്ലാ ഭാഷയും സംസാരിക്കുന്ന കിളികൾ ഉണ്ടായിരുന്നെങ്കിൽ, ഓരോ വായിൽനിന്നു വീഴുന്നത് തർജ്ജമ ചെയ്തിരുന്നെങ്കിൽ, ലോകത്ത് എല്ലാവർക്കും എല്ലാ ഭാഷകളും മനസ്സിലാകുമായിരുന്നു.

അയാൾ ഞെട്ടിയുണർന്നു. ശരീരത്തിന്റെ ഒരു വശത്ത് നല്ല വേദന. കിളിക്കൂട്ടം അയാളുടെ നെഞ്ചിൽ ഒരു ടാറ്റൂ കുത്തുന്നുണ്ടോ? പരിചയമില്ലാത്ത ഈ മുറിയിൽവെച്ച് മരിക്കുമോ എന്ന് അയാൾ ആശങ്കപ്പെട്ടു. അയാൾ പതുക്കെ കർട്ടൻ നീക്കി. അസ്തമയ സൂര്യന്റെ വെളിച്ചം പതിയെ മുറിയിൽ നിറഞ്ഞു. ശരിക്കും താൻ ആരാണ്? തനിക്ക് ഒരു സ്വത്വം ഉണ്ടോ? തനിക്ക് ചിന്തിക്കാൻ കഴി യുന്നു എന്നതുകൊണ്ട് താൻ ജീവിച്ചിരിക്കുന്നു എന്ന് കരുതാൻ പറ്റില്ല. അത് ചിലപ്പോൾ ആർട്ടിഫിഷ്യൽ ഇന്റലിജൻസ് മൂലമാവാം. അയാൾ തന്റെ കോളേജിലെ പൊളിറ്റിക്കൽ എക്കണോമിക്സ് ക്ലാസ് ഓർത്തു. ''മനുഷ്യന്റെ തിരിച്ചറിവ് (consiousness) അല്ല അയാൾക്ക് സാമൂഹ്യാവബോധം നൽകുന്നത്. മറിച്ച് അയാളുടെ സാമൂഹിക ജീവിതമാണ് അയാൾക്ക് തിരിച്ചറിവ് ഉളവാക്കുന്നത്.'' കാൾ മാർ ക്സിന്റെ പഠനങ്ങൾ തന്റെ ഉള്ളിലെ ആത്മീയതയെ അക്കാലത്ത് നശിപ്പിച്ചിരുന്നു. ഇന്ന് അയാൾ വെറുമൊരു ആത്മബോധം മാത്ര മാണ്. മറ്റൊന്നുമായി ബന്ധമില്ലാത്ത ഒന്ന്. തന്നോടുതന്നെ ബന്ധം സ്ഥാപിക്കാൻ അല്ലെങ്കിൽ ഒത്തുചേർന്ന് പോകാനുള്ള വഴികൾ ആലോചിക്കുന്ന ഒരു അവ്യക്തത.

ഇപ്പോൾ തനിക്കൊരു ആത്മാവില്ല എന്ന അവസ്ഥയാണോ. അവയവദാനത്തിനു മുമ്പ് അയാൾ തന്നെ മരിക്കാൻ അനുവദിക്കാൻ പറഞ്ഞത് മറ്റൊരു ജീവിതത്തെക്കുറിച്ചുള്ള ഭ്രാന്തമായ ചിന്ത കൊണ്ടല്ലേ. ആൾക്കാർ ആത്മഹത്യ ചെയ്യുന്നത് നല്ലൊരു ജീവിതം അന്വേഷിച്ചാണ്. പക്ഷേ ആ ജീവിതത്തിൽ ശരീരം ഉണ്ടായിരിക്കുക യില്ലല്ലോ. അങ്ങനെയെങ്കിൽ ഏത് അമ്മ, അല്ലെങ്കിൽ കാമുകി വന്ന് തനിക്ക് സ്നേഹത്തിന്റെയും മാലാഖമാരുടെയും കഥ പറഞ്ഞു തരും? അയാൾ മരണത്തെ ഒരു നിത്യവിസ്മൃതി ആയി കണ്ടു. അതിൽ ഒരു വികാരവും ഉണ്ടായിരുന്നില്ല. അയാൾ കടൽത്തീരത്തെ വിളക്കുകളുടെ വെളിച്ചത്തിൽ നിന്ന് കണ്ണെടുക്കാതെ ഉദയത്തിനായി കാത്തിരുന്നു.

അതിരാവിലെ അയാൾ സിറാക്യൂഡിലേക്ക് പതിവില്ലാത്ത ഒരു ധൃതിയോടെ പുറപ്പെട്ടു. അയാൾക്ക് സിസിലിയിലെ എല്ലാ ആശു പത്രിയും കാണണമെന്നുണ്ടായിരുന്നു. മുന്നിൽ ദൂരെ അയാൾ എത്നാ അഗ്നിപർവ്വതം കണ്ടു. അത് പണ്ട് കണ്ടിട്ടുള്ള മൗണ്ട് ഫ്യൂജിയെ ഓർമ്മിപ്പിച്ചു. അതിനുമുകളിൽ ഒരു നീലപ്പുക വന്നുകൊണ്ടേയി രുന്നു. അയാൾ താൻ വായിച്ചിട്ടുള്ള അത്ഭുതകഥകൾ ഓർത്തു. കഴുത്തില്ലാത്ത തലയുമായി നടന്നവർ, തോളുകൾ ഇല്ലാത്ത സ്വതന്ത്ര മായ കൈകളുള്ളവർ, തനിയെ സഞ്ചരിക്കുന്ന കണ്ണുകൾ, പോത്തിന്റെ തലയുള്ള മനുഷ്യർ, അല്ലെങ്കിൽ മനുഷ്യരുടെ തലയുള്ള പോത്തുകൾ.

മറ്റൊരു ജീവിതത്തിൽ വിശ്വസിച്ച് എത്നാ അഗ്നിപർവ്വതത്തിലേക്ക് ചാടിയ എംപെഡോക്ക്ൾസ്.* നമുക്ക് ഒരാളിൽ നിന്ന് മറ്റൊരാളായി മാറുവാൻ സാധിച്ചിരുന്നെങ്കിൽ, ഉഭയജീവികളായി നമുക്ക് ജീവിക്കാനായെങ്കിൽ.

അഗ്നിപർവ്വതത്തിന്റെ അടുത്ത് വച്ച് സിറാക്യൂഡിലേക്ക് പോകാതെ അയാൾ മറ്റൊരു വഴി എടുത്ത് കറ്റാനിയയിലേക്ക് നീങ്ങി. ദ്വീപിലെ മറ്റൊരു നഗരമായിരുന്നു അത്. കൊടുംചൂട് അയാളെ വിഷമിപ്പിച്ചില്ല. അയാൾ കഴിക്കുന്ന മരുന്നുകളും പാർശ്വഫലമായി പലതരം അസുഖങ്ങൾ വരാമായിരുന്നതുകൊണ്ട് അയാൾ തന്റെ മുഖം നന്നായി മൂടിയിരുന്നു. കാർ ഒരിടത്ത് പാർക്ക് ചെയ്ത് കറുത്ത കണ്ണാടിയും പരന്ന തൊപ്പിയും അണിഞ്ഞ് അയാൾ ആ തിരക്ക് കുറഞ്ഞ നഗരത്തിലൂടെ നടന്നു. കണ്ണിസാരോ ആശുപത്രിയുടെ തീവ്ര പരിചരണ വിഭാഗത്തിൽ ചെന്നിട്ട് അറിയാവുന്ന ഇറ്റാലിയനിൽ അയാൾ അവിടെ ഉണ്ടായിരുന്ന നഴ്സുമാരുമായി സംസാരിച്ചു. അതിൽ ഒരാൾക്ക് ഫ്രഞ്ച് അറിയാവുന്നതിനാൽ അയാൾ പറഞ്ഞു. ''റോഡ് ആക്സിഡന്റ് ഇവിടെ ഒരു നിത്യസംഭവമാണ്.'' അയാൾ സെഡറിക്കിനെ ഒരു ഭ്രാന്തനെ എന്നപോലെയാണ് കണ്ടത്.

വിറ്റോറിയോ ഏമാൻവൽ ആശുപത്രിയിലും അയാൾക്ക് അതേ അനുഭവമായിരുന്നു. അയാൾ വണ്ടിയിൽ കയറി നീങ്ങി. അഗ്നിപർവ്വതത്തിന്റെയും നദികളുടെയും ഇടയിലൂടെ അയാൾ ചുറ്റിക്കറങ്ങി. ഉയർന്നതും താഴ്ന്നതുമായ ആ നഗരത്തിലൂടെ നീങ്ങിയപ്പോൾ പള്ളികളും തീയേറ്ററുകളും ഫൗണ്ടനുകളും കാണാറായി.

വീണ്ടും നീങ്ങിയപ്പോൾ അയാൾ കറുത്ത മണ്ണുള്ള ഒരു ബീച്ച് കണ്ടു. അത് അഗ്നിപർവ്വതത്തിന്റെ പാറകൾ പൊടിഞ്ഞുണ്ടായതാണ്. അവിടെ ഉണ്ടായിരുന്ന ഒരു ചെറിയ ഹോട്ടൽ അയാളെ ആകർഷിച്ചു. സിമെറ്റോ നദിയുടെ തീരത്ത് ഉള്ള ആ മരുപ്പച്ചയിൽ അഭയം തേടാൻ അയാൾ തീരുമാനിച്ചു. സെഡറിക് കാർ പാർക്ക് ചെയ്തിട്ട് തന്റെ ബാഗ് എടുത്തു. ലക്ഷ്യമില്ലാത്ത ഈ യാത്ര അവസാനിപ്പിക്കുവാൻ തീരുമാനിച്ചു. അ ഹോട്ടലിന്റെ ഹാളിൽ ഉണ്ടായിരുന്ന സെന്റ് അഗത ഒരു തളികയിൽ അവരുടെ മുറിച്ചുമാറ്റിയ മുലകൾ പ്രദർശിപ്പിക്കുന്ന ചിത്രം നോക്കിനിന്നപ്പോൾ കനത്ത തുടകളുള്ള ഉയരം കുറഞ്ഞ ഒരു സ്ത്രീ വന്ന് അയാളെ നോക്കി പറഞ്ഞു.

''സെയ്ന്റ് അഗതയുടെ സ്തനങ്ങൾ മധുരപലഹാരങ്ങളുടെ രൂപത്തിൽ ഞങ്ങൾ ഇഷ്ടപ്പെടുന്നു.''

---

* സോക്രട്ടീസിനു മുമ്പ് ജീവിച്ചിരുന്ന ഒരു ഗ്രീക്ക് ചിന്തകൻ

ഇരുപത്തിയാറ്

"**നി**ന്റെ മൗനിയായ ഹൃദയത്തിനുള്ളിൽ സൂക്ഷിക്കുവാൻ വേണ്ടി." താൻ ഒരു ഒറ്റപ്പെട്ടതായ മരുഭൂമിയിൽപെട്ടതായുള്ള സ്വപ്നത്തിൽ നിന്നും ഞെട്ടിയെണീറ്റ സെഡറിക് പതുക്കെ തന്നോടുതന്നെ ഉള്ളിൽ പറഞ്ഞു. "നിന്റെ മൗനിയായ ഹൃദയത്തിനുള്ളിൽ സൂക്ഷിക്കുവാൻ വേണ്ടി." അയാൾ കിടക്കയിൽ എണീറ്റിരുന്ന് ആ വാചകം വീണ്ടും ഉരുവിട്ടു. എന്താണതിന്റെ അർത്ഥം? എന്താണ്?

അടച്ചിട്ട ആ മുറിയിൽ നഗ്നനായി, കറങ്ങുന്ന ഫാനിനടിയിൽ മൂന്നു ദിവസം തങ്ങിയതിനു ശേഷം അയാൾക്ക് തോന്നി. തന്റെ അജ്ഞാതവാസം അവസാനിപ്പിക്കണമെന്ന്. ഈ ടൂറിസ്റ്റ് സീസണിൽ രാവും പകലും ഇങ്ങനെ മുറിയിൽതന്നെ ഭക്ഷണവും കഴിച്ച് ഉറങ്ങിയാൽ ഹോട്ടലുകാർ സംശയിക്കും എന്നയാൾക്ക് തോന്നി. പെട്ടെന്ന് മുറിയിലെ ഫോൺ അടിച്ചു. ഹോട്ടലിലെ ജോലിക്കാരി പറഞ്ഞു ആരോ തന്നെ വിളിക്കുന്നു എന്ന്.

ഫോൺ എടുത്ത സെഡറിക്കിനോട് ലോർണ ചോദിച്ചു.

"സെഡറിക് നീ കേൾക്കുന്നുണ്ടോ?"

അയാൾ മൗനം പാലിച്ചു അയാൾക്ക് സന്തോഷവും അതോടൊപ്പം മറ്റു പല സംശയങ്ങളും അനുഭവപ്പെട്ടു.

"നിന്റെ അച്ഛൻ കഴിഞ്ഞ തിങ്കളാഴ്ച മരിച്ചു. അദ്ദേഹത്തെ ജനീവയിൽ ഇന്നലെ സംസ്കരിച്ചു. നീ കേൾക്കുന്നുണ്ടോ. നീ തിരിച്ചു വരണം. എല്ലാവരും നിന്നെ തിരക്കുകയാണ്."

"അച്ഛൻ മരിച്ചെന്നോ? ഇത് ശരിക്കും നിയാണോ ലോർണ?"

യുഗങ്ങൾക്ക് മുമ്പ് മാഞ്ഞുപോയിരുന്ന ഒരു കാലഘട്ടത്തെ ഓർത്തെടുക്കുന്നപോലെ അയാൾ ചോദിച്ചു.

"നീ ഉടൻതന്നെ വിമാനം കയറി തിരിച്ചുവരണം. അവിടെ നിന്റെ ജീവൻ അപകടത്തിൽ ആണ്."

"ഞാൻ ഇവിടെയുണ്ടെന്ന് നിനക്കെങ്ങനെ മനസ്സിലായി?"

"ടുറീൻ, ട്രിയസ്റ്റ, റോം, സിസിലി എല്ലായിടത്തുനിന്നും നിന്റെ ക്രെഡിറ്റ് കാർഡിന്റെ വിനിമയരേഖകൾ ലഭിച്ചുകൊണ്ടിരുന്നു. അത് അത്ര ബുദ്ധിമുട്ടുള്ള കാര്യമല്ല. പിന്നെ നിന്നെ കാണ്മാനില്ല എന്ന അറിയിപ്പ് ഇറക്കിയിട്ടുണ്ട്. ഇന്നലെ മുതൽ അത് എല്ലാ മാധ്യമങ്ങളിലും പ്രത്യക്ഷപ്പെടുന്നുണ്ട്. ഡോ. ജോർജിയോ കടാവേരോ നിന്നെ ആരോ തട്ടിക്കൊണ്ടുപോയി എന്ന് ടി.വിയിൽ സംശയം പ്രകടിപ്പിച്ചിട്ടുണ്ട്. അത് വെറുതെ പറഞ്ഞതല്ല. ആരോ നിന്റെ തലയ്ക്ക്

നല്ല വിലയിട്ടിട്ടുണ്ട്. നിന്നെ കൊല്ലുവാൻ കുറെപ്പേർ നോക്കി ഇരിക്കുന്നുണ്ട്. അവർ തന്നെയാകും...''

''നീ എവിടെനിന്നാണ് വിളിക്കുന്നത്? എനിക്ക് ഒന്നും മനസ്സിലാകുന്നില്ല.''

''ഞാൻ നേരിൽ കാണുമ്പോൾ എല്ലാം വിശദമായി പറയാം. നീ എത്രയും പെട്ടെന്ന് അവിടെ നിന്ന് രക്ഷപ്പെട്ട് എവിടെയെങ്കിലും ഒളിച്ചിരിക്കൂ. ഞാൻ നിന്നെ കണ്ടെത്തിക്കൊള്ളാം. ഇപ്പോൾ നീ വലിയ അപകടത്തിലാണ്.''

ലോർണ അയാളോട് മോറിസ് പറഞ്ഞ കാര്യങ്ങൾ വിശദീകരിച്ചു. ''ഇവേഷൻ' കപ്പലിൽ നടന്ന അപകടം കരുതിക്കൂട്ടി ചെയ്ത ഒരു കൊലപാതകശ്രമമായിരുന്നു. ഇത്രയും വലിയ സ്വത്തിന് അവകാശി ആയതുകൊണ്ടാവാം. അല്ലെങ്കിൽ ഫാർമസ്യൂട്ടിക്കൽ ഇൻഡസ്ട്രിയിലെ ശത്രുക്കൾ ചെയ്തതാവാം. തന്റെ എഴുത്തിലൂടെ താൻ വലിയ കമ്പനികളിൽ അസന്മാർഗ്ഗിക മാർഗ്ഗങ്ങളിലൂടെ പണം ഉണ്ടാക്കുന്ന വളരെ അധികം ശത്രുക്കളെ ഉണ്ടാക്കിയിട്ടുണ്ടല്ലോ.''

പെട്ടെന്ന് ആ സംഭാഷണം മുറിഞ്ഞു.

അയാൾ കുളിമുറിയിൽ നിന്നുകൊണ്ട് തന്റെ കഴുത്തിൽ ഉള്ള ശസ്ത്രക്രിയയുടെ പാട് നോക്കി. അതൊരു വലിയ കൊലക്കയർ പോലെ ഉണ്ടായിരുന്നു. അവയവമാറ്റത്തിന് ശേഷം താൻ മൊത്തം മാറിയിരുന്നു. ഒരു ഫേഷ്യൽ സർജൻ തന്നോട് പറഞ്ഞിരുന്നു, മുഖംമാറ്റം ഒരു അപകടത്താലോ വയസ്സ് കൂടുന്നതിനാലോ മനോവിഭ്രാന്തി ഉണ്ടാകുന്നതിനാലോ ഒക്കെ ആണെന്ന്. അങ്ങനെയാണെങ്കിൽ തന്റെ മനസ്സിന്റെ മാറ്റത്തോടൊപ്പം തന്റെ പഴയ രൂപവുമായുള്ള എല്ലാ സാമ്യവും കൂടി മാറിക്കിട്ടും. താനിപ്പോൾ ശരിക്കുമൊരു സ്കിസോഫേർണിയ രോഗിയാണ്. ജെറി കോൾട്ട് എന്ന ഫ്രഞ്ച് ചിത്രകാരൻ നോക്കി വരയ്ക്കാൻ വേണ്ടി വാങ്ങിയ മരിച്ച ഒരാളുടെ തല പോലെ താനും ഒരു നിരീക്ഷണവസ്തുവായതുപോലെ. തന്റെ തലയ്ക്ക് താഴെയുള്ള ശരീരം ഒരു കൃത്രിമവസ്തുവോ മായക്കാഴ്ചയോ ആണ്. എന്തായാലും അത് തന്നെ നടക്കുവാൻ സഹായിക്കുന്നുണ്ട്. കറ്റാനിയ വിടാൻ സമയമായിരിക്കുന്നു. എത്രയും വേഗം സിറാക്യൂസിൽ എത്തണം.

ഹോട്ടലിൽ നിന്ന് സൂട്ട്കേസുമായി പുറത്തു കടക്കുമ്പോൾ ഓടിവന്ന ജോലിക്കാരന് നല്ല ഒരു ടിപ്പ് കൊടുത്തു. പൊക്കം കുറഞ്ഞ ഹോട്ടൽ ജീവനക്കാരി ഓടിവന്ന് അയാളുടെ കൈയിൽ പിടിച്ചു വലിച്ച് പറഞ്ഞു.

''അവയവമാറ്റം ചെയ്ത് പ്രസിദ്ധനായ ആളല്ലേ ഇത്. എന്തൊരു

ബഹുമതിയാണ് നമ്മുടെ ഹോട്ടലിന്. ഞങ്ങൾ താങ്കളുടെ കൂടെ നിന്ന് ഒരു ഫോട്ടോ എടുക്കട്ടെ?''

സെഡറിക് പരിഭ്രാന്തിയോടെ അവളുടെ കൈ വിടുവിച്ച് ഹോട്ടലിൽ നിന്ന് ഓടി രക്ഷപ്പെട്ടു. അയാൾ ഒരു കുറുക്കുവഴിയിലൂടെ ഹൈവേയിലേക്ക് കാറോടിച്ചു.

എന്തായിരുന്നു ലോർണ പറയുവാൻ ശ്രമിച്ചത്. തനിക്ക് ഇപ്പോൾ സംഭവിച്ചതിൽ കൂടുതൽ എന്ത് അപകടമാണ് ഇനി സംഭവിക്കാൻ പോകുന്നത്. ഉള്ളിൽനിന്നു പൊട്ടിത്തെറിക്കാൻ തയ്യാറായി നിൽക്കുന്ന ശരീരത്തിൽ കൂടുതൽ എന്ത് അപകടമാണ് ഇനി ഉണ്ടാകുക?

വേഗത്തിൽ കാർ ഓടിച്ചുകൊണ്ട് അയാൾ അഗ്നിപർവ്വതങ്ങളുടെ അടുത്തെത്തി. സൂര്യൻ തലയ്ക്കു മുകളിലായി കത്തിജ്ജ്വലിച്ചു. ആദ്യ ജംഗ്ഷനിൽ തന്നെ ഒരു പൊലീസ് സംഘം അയാളെ തടഞ്ഞു. കള്ളക്കടത്ത് തടയുന്നതിനായി നിൽക്കുന്ന പൊലീസുകാർ അയാൾ ഒരു ഫ്രഞ്ച് ടൂറിസ്റ്റ് ആണെന്ന് വിചാരിച്ച് പെട്ടെന്നുതന്നെ കടത്തിവിട്ടു. അവർ അയാളോട് രേഖകൾ പോലും ചോദിച്ചില്ല. ഇതെല്ലാം കഴിഞ്ഞപ്പോൾ സെഡറിക്കിനു വഴി തെറ്റിപ്പോയി. അയാൾ വീണ്ടും തിരിച്ച് കറ്റാനിയയിലെ പട്ടണമധ്യത്തിലെത്തി. വളരെ ബുദ്ധിമുട്ടി അയാൾ എറ്റ്നേയിലേക്ക് വഴി കണ്ടെത്തി. ശരീരം ചൂട് മൂലം വിയർത്തുകുളിച്ചിരുന്നു. അധികമാളുകളില്ലാത്ത ഒരു വഴിയരുകിൽ അയാൾ വണ്ടി നിർത്തി. കൂടുതലൊന്നും ചിന്തിക്കാതെ അയാൾ വണ്ടിയിൽ നിന്നിറങ്ങി അവിടെ കണ്ട ആനയുടെ സ്തൂപം വെച്ച ജലധാരയുടെ അടുത്തുചെന്ന് ജലത്തിലേക്ക് മുഖമാഴ്ത്തി. പെട്ടെന്ന് ബോധം നഷ്ടപ്പെട്ട് അതിനുള്ളിലേക്ക് അയാളുടെ ശരീരം പകുതിയോളം വീണു. ചെറിയ ഒരു സംഘം ആളുകൾ അയാൾക്ക് ചുറ്റും കൂടിയെങ്കിലും ഒരു കുട്ടിയുടെ കരച്ചിലാണ് അയാളെ വെള്ളത്തിൽ നിന്നും രക്ഷിക്കാൻ പ്രേരകമായത്. ശ്വാസംമുട്ടിത്തുടങ്ങിയ അയാളുടെ ഷർട്ടിന്റെ ബട്ടണുകളഴിച്ച് ആശ്വാസം പകരാൻ ഒരാൾ ശ്രമിച്ചു. അയാളുടെ ശസ്ത്രക്രിയാപാടുകൾ എല്ലാവർക്കും കാണാമായിരുന്നു. പതുക്കെ ബോധം തിരിച്ചുകിട്ടിയ സെഡറിക് കണ്ണു തുറന്നപ്പോൾ അർദ്ധനഗ്നനായിക്കിടക്കുന്ന തന്നെ ഒരു ഭ്രാന്തനെ എന്നപോലെ നോക്കിനിൽക്കുന്ന കുറേ ആളുകളുടെ മുഖങ്ങളാണ് കണ്ടത്. അവർക്ക് താൻ ആരാണെന്ന് മനസ്സിലായിക്കാണുമോ? കറുത്ത ഒരു വസ്ത്രം ധരിച്ച, ചെമ്പൻമുടി ഉള്ള ഒരു യുവതി വന്ന് ജലധാരയിൽ കിടന്നിരുന്ന അയാളുടെ കണ്ണട എടുത്ത് അയാൾക്ക് വച്ചുകൊടുത്തു. എഴുന്നേറ്റ് നിന്ന അയാൾ ഷർട്ടിന്റെ ബട്ടണുകൾ ഇട്ടു. അയാൾ കാറിനടുത്തേക്ക് നീങ്ങി. ഒരു ആംബുലൻസ് സൈറൺ മുഴക്കി

കടന്നുപോയി. വേഗം കാറിൽ കയറുവാൻ തുടങ്ങി അപ്പോഴാണ് ആ യുവതി വീണ്ടും അടുത്തെത്തിയത്.

''ഞാൻ നിങ്ങളെ തിരിച്ചറിഞ്ഞു.'' അവൾ പതിയെ ഫ്രഞ്ചിൽ പറഞ്ഞു. ''നിങ്ങൾ ടുറീനിലെ മനുഷ്യൻ....'' അവൾക്ക് തന്റെ വാചകം പൂർത്തിയാക്കാനായില്ല. അവൾ കൈകൊണ്ട് കഴുത്ത് മുറിക്കുന്ന പോലെ ആംഗ്യം കാട്ടി. അവളുടെ കണ്ണുകളിൽ നിന്ന് കണ്ണുനീർ ഒഴുകി. അവൾ കറ്റാനിയയിലെ വിശുദ്ധ അഗത ആയിരുന്നോ? മുലകൾ മുറിക്കപ്പെട്ട അവൾ ശരീരം നഷ്ടപ്പെട്ടയാളെ സഹായിക്കാൻ വന്നതാണോ? അയാൾ ഒരു അപ്പോലിനീർ കവിത ഓർത്തു. എന്തായിരുന്നു ആ പ്രസിദ്ധമായ കവിത? വരികൾ ഓർമ്മയിൽ വരുന്നില്ല.

സുന്ദരിയായ യുവതിയുടെ സാമീപ്യം ആസ്വദിച്ചുകൊണ്ട് അയാൾ അവളോട് എന്താണ് വേണ്ടതെന്ന് ചോദിച്ചു.

''എനിക്ക് നിങ്ങളെ നല്ലവണ്ണം അറിയാം.''

''സത്യത്തിൽ ഞാൻ നിന്നെ കാത്തിരിക്കുകയായിരുന്നു.''

സെഡറിക് അവൾ പറഞ്ഞത് കേൾക്കാതെ അവളെ നോക്കിക്കൊണ്ടിരുന്നു. അവളുടെ സൗന്ദര്യം. റോസാപ്പൂക്കൾ മണക്കുന്നു. അവൾക്ക് ദുഃഖത്തിന്റെ ഭാവമായിരുന്നു. താൻ നേരത്തേ ചിന്തിച്ചിരുന്ന കവിതയുടെ രണ്ടു വരികൾ പെട്ടെന്നയാൾക്ക് ഓർമ്മ വന്നു.

''വിട പറയുന്നൂ വിട പറയുന്നൂ
ശരീരമില്ലാത്ത സൂര്യശിരസ്സേ!''

ഇരുപത്തിയേഴ്

ജലധാരയ്ക്കടുത്തുവെച്ച് തല കറങ്ങിയതിനുശേഷം നടന്ന ഒരു കാര്യവും അയാൾക്ക് കൃത്യമായി ഓർത്തെടുക്കാനായില്ല. എല്ലാം ഒരു സ്വപ്നം പോലെയായിരുന്നു. എങ്കിലും നല്ല തെളിമയുള്ള സ്വപ്നം. അനന്ത എന്ന ആ യുവതി അയാളെ പല വഴികളിലൂടെയും പടികളിലൂടെയും കൊണ്ടുപോയി.

''എന്റെ വീടിന് ഒരു പള്ളിയുടെ ഉള്ളിലെന്നപോലത്തെ തണുപ്പുണ്ട്. നിങ്ങൾക്ക് നന്നായി വിശ്രമിക്കാനാകും.'' അവൾ അയാളുടെ കൈ പിടിച്ച് അയാളുടെ ചെവിയിൽ ഉരുവിട്ടു. അയാൾക്ക് തന്റെ പെട്ടി എടുക്കണം എന്നുള്ള ബോധം ഉണ്ടായി. കറ്റാനിയയുടെ ഒരു പ്രാന്തപ്രദേശമായ ലൈബ്രീനയിൽ ആണ് അവർ എത്തിയത്. തന്റെ

ശ്വാസോച്ഛ്വാസം നിയന്ത്രിക്കാൻ പറ്റാത്തതാണോ മാനസിക വിഭ്രാന്തിക്ക് കാരണം? അതിന് താൻ എടുക്കുന്ന ശ്വാസം തന്റേതായിട്ടു വേണ്ടേ? ഒന്നും അയാളുടെതല്ല എന്നയാൾക്ക് തോന്നി. ശരീരത്തിന്റെ ഉപയോഗത്തിനും ആസ്വാദനത്തിനും തനിക്ക് അവകാശവും അധികാരവുമുണ്ടോ? തലച്ചോർ തീർത്തും വ്യത്യസ്തമായൊരു നാഡീവ്യൂഹത്തിനെ നിയന്ത്രിക്കാനാണ് ശ്രമിക്കുന്നത്. താൻ കഴിക്കുന്ന മരുന്നുകളുടെ മോളിക്യൂളുകൾ തന്റെ മനസ്സിനെ ഉപയോഗിച്ച് ശരീരത്തിന്റെ അവയവങ്ങളിൽ പ്രവർത്തിക്കുവാൻ തുടങ്ങിയിരിക്കുന്നു. ഇമ്മ്യൂണോ സപ്രസന്റ് മരുന്നുകളാകട്ടെ, തന്റെ തല ശരീരത്തിൽ നിന്നു മാറ്റാതെ നോക്കുന്നു. മനസ്സ് ചെയ്യേണ്ട കാര്യങ്ങൾ മരുന്നേറ്റെടുത്തു. പ്രതിരോധ മരുന്നുകൾ തന്റെ തലയെ ലാക്കാക്കിയാണ് പ്രവർത്തിക്കുന്നത് എന്ന് അയാൾ മനസ്സിലാക്കി. അപ്പോൾ തലയാണ് ഒട്ടിച്ച ബാഹ്യവസ്തു! ശരീരവുമായി യോജിക്കാനായി തലയെ ശരിയാക്കിയെടുക്കണം.

എത്ര ദിവസങ്ങൾ അല്ലെങ്കിൽ എത്ര ആഴ്ചകൾ ആയി അയാൾ മൂടിപ്പുതച്ച് അനന്തയുടെ ഈ മുറിയിൽ കഴിഞ്ഞ് തുടങ്ങിയിട്ട്? സമയം അറിയണമെങ്കിൽ ഇന്ദ്രിയബോധം ഉണ്ടാവണം. പക്ഷേ അയാൾക്ക് സമയത്തെക്കുറിച്ചോ സ്ഥലത്തെക്കുറിച്ചോ യാതൊരു നിശ്ചയവും ഇല്ലായിരുന്നു. അർദ്ധബോധത്തോടെ ഒരു നിഴലായി സ്വയം വീക്ഷിക്കുന്ന ഒരു വസ്തുവാണ് താൻ. മന്ദഗതിയിലേക്കുള്ള ഒരു പീഡനാനുഭൂതി അയാൾ അനുഭവിച്ചു.

അനന്ത, ഉയരമുള്ള, ആകാരഭംഗിയുള്ള യുവതിയായിരുന്നു. ദൃഢമായ മുലകളും തീക്ഷ്ണമായ, ഇരുണ്ട കണ്ണുകളോടും കൂടിയവൾ. തന്റെ കൈയിലുള്ള ടാറ്റൂ കാണുന്നതിനു മുന്നേ അവൾ അയാളെ തിരിച്ചറിഞ്ഞിരുന്നു ആ വെള്ളച്ചാട്ടത്തിന് മുന്നിൽ അയാളെ ബോധരഹിതനായി കണ്ടപ്പോൾതന്നെ. അവൾക്കും അയാൾക്കും ഇടയിൽ ആദ്യദൃഷ്ടിയിൽതന്നെ ഒരു അഗ്നിസ്ഫുലിംഗമുണ്ടായി. അവൾ ഈ ശരീരത്തെ ഒരു മാംസഭോജിയെപ്പോലെ ആക്രമിച്ചു. അയാളുടെ ശസ്ത്രക്രിയയുടെ അടയാളം മുതൽ കടിച്ചും നക്കിയും അവൾ എല്ലായിടത്തും തന്റെ ചുണ്ടുകൊണ്ടും നാക്കുകൊണ്ടും സ്നേഹിച്ചു. തന്റെ നഗ്നതയുടെ ഈർപ്പവുമായി അയാളിൽ സന്നിവേശിച്ചു. നിശ്ശബ്ദമായ രാത്രിയിൽ അയാൾ നിസ്സഹായനായിരുന്നു. 'അലസ്സാൻഡ്രോ' എന്നവൾ ഉറക്കെ വിളിച്ചു. അവൾ പല പ്രാവശ്യം ഈ പേര് വിളിച്ചുകൊണ്ടിരുന്നു. അപ്രതീക്ഷിതമായി ഒരു പ്രേരണയോടെ അവൾ അഴിഞ്ഞുവീണ മുടിയോടെ എഴുന്നേറ്റിരുന്ന് ആ ശരീരത്തിനെ നുള്ളിയും പിച്ചിയും സ്നേഹിച്ചും നിറഞ്ഞ കണ്ണുകളോടെ പറഞ്ഞുകൊണ്ടേയിരുന്നു. ''നമ്മൾ ഇനിയൊരിക്കലും

വേർപിരിയില്ല.'' തല ഇളക്കിക്കൊണ്ട് വീണ്ടും വീണ്ടും പറഞ്ഞു. ''ഒരിക്കലും ഇനി പിരിയില്ല പ്രിയനേ.''

തന്റെ പ്രിയതമന്റെ നഗ്നശരീരം കണ്ണുകളാൽ ആസ്വദിച്ചുകൊണ്ട് അവൾ നിന്നു. ശബ്ദം അലസ്സാൻഡ്രോയുടെതായി തിരിച്ചറിയാൻ സാധിച്ചില്ലെങ്കിലും ശക്തമായ കൈകൾ ഉറപ്പായും അയാളുടേതായിരുന്നു. അവൾ തന്റെ വിരലുകൾകൊണ്ട് അയാളുടെ ലിംഗത്തിൽ പിടിച്ച് ഉത്തേജിപ്പിച്ചു. കക്ഷങ്ങൾ മണത്തുനോക്കി. അവൾ അയാളുടെ ശരീരത്തിന്റെ ഓരോ രോമകൂപവും ഓരോ ചെറിയ പുള്ളികളും പരിശോധിച്ചു. അവളുടെ മാറിൽ അയാളുടെ ശരീരം ചേർത്തുവെച്ചു. ചുണ്ടുകൾ അയാളുടെ നെഞ്ചിൽ അമർത്തി. അവൾ നെഞ്ചിൽ കിടന്ന് എന്തൊക്കെയോ പുലമ്പി. അവളുടെ മാറിടം തന്റെ പുറം തിരുമ്മുന്നതായി തോന്നി. അവൾ അയാളുടെ നട്ടെല്ലിന്റെ ചുളിവുകൾ നക്കിത്തുടച്ചു. അവൾ അയാളുടെ ഉണർന്ന ലിംഗത്തെ കൈയിലെടുത്ത് താലോലിച്ചു. അതിനോട് തന്നിലേക്ക് ആഴ്ന്നിറങ്ങി ഒരു കുഞ്ഞിനെ നൽകാൻ അഭ്യർത്ഥിച്ചു. അങ്ങനെ അയാളോട് ചേർന്ന് മണിക്കൂറുകളോളം ശാരീരിക സുഖങ്ങൾ പങ്കിട്ടു. തലയിണയിൽ വെച്ചിരുന്ന ശിരസ്സിനുള്ളിൽ പലതരം ചിന്തകൾ. പലതരം തോന്നലുകൾ മിന്നിമറഞ്ഞു. രാവിലെ ആയപ്പോൾ താഴെ നിന്നും യന്ത്രങ്ങൾ പ്രവർത്തിപ്പിക്കുന്നതിന്റെ ശബ്ദങ്ങളും കുലുക്കങ്ങളും അനുഭവപ്പെട്ടു.

അവിടെ അയൽക്കാർ ആരും ഇല്ലായിരുന്നു. ആ വീട് ഏതോ പണിശാലയുടെ മുകളിലായിരുന്നു. പുറകിലെ ഗോവണിയിലൂടെ ആയിരുന്നു ഇവിടെ എത്തിയിരുന്നത്. എപ്പോഴും ഒരു താക്കോൽ കൈയിൽ പിടിച്ച് അടിവസ്ത്രമില്ലാതെ ഒറ്റയുടുപ്പിട്ട് അവൾ വന്നും പോയും ഇരുന്നു. അവർക്ക് കഴിക്കുവാനുള്ള സാധനങ്ങളും മദ്യവും സിഗരറ്റും കൊണ്ടുവന്നു. ഇത്രയും കാമാസക്തിയുള്ള ഒരു കാമുകിയെ അയാൾ കണ്ടിരുന്നില്ല. ബന്ധപ്പെടുവാൻ ഒരുങ്ങുമ്പോൾ തന്റെ മുഖം കണ്ടാൽ അവൾ അസ്വസ്ഥതയോടെ മുഖം തിരിക്കും. മദ്യപിച്ച അവസ്ഥയിൽ ആയിരുന്നു അവൾ മിക്കപ്പോഴും. അയാളുടെ മുമ്പിൽ ഇരുന്ന് ചുവന്ന വൈൻ എപ്പോഴും കുടിച്ചുകൊണ്ടിരുന്നു അവൾ. ഒരു പരിധി കഴിഞ്ഞാൽ കരഞ്ഞുകൊണ്ട് അവൾ പറയും. ''എനിക്ക് നന്നായി അറിയാം നീ കുടിക്കാറില്ല അലസ്സാൻഡ്രോ. ഒരു തുള്ളിപോലും ഒരിക്കലും, ഒരിക്കലും.''

ഒരു ദിവസം രാവിലെ തലയിലെ മന്ദിപ്പ് കുറഞ്ഞപ്പോൾ അയാൾക്കു തോന്നി ഒരു മയക്കുമരുന്നോ മായാജാലമോ തന്റെ ശിരസ്സിൽ നിന്നും അധികാരസ്ഥാനം ശരീരത്തിന് നൽകിക്കൊണ്ടിരിക്കുകയാണെന്ന്. സെഡ്രിക്കിന്റെ സ്വാതന്ത്ര്യഇച്ഛയ്ക്ക് എന്തുപറ്റി. ശരീരത്തിന്റെ വിവിധ ഭാഗങ്ങളിൽ നിന്ന് തരംഗങ്ങളും സൂചനകളും അപരിചിതനിർദ്ദേശങ്ങളും ലഭിച്ചുകൊണ്ടിരിക്കുമ്പോൾ തനിക്ക് സ്വന്തമായി

എന്തെങ്കിലും തീരുമാനിക്കാനാകുമോ? അയാൾ മുമ്പൊരിക്കൽ ഉദരത്തിന്റെ ബുദ്ധിശക്തിയെക്കുറിച്ച് ഒരു ലേഖനം വായിച്ചിരുന്നു. തലച്ചോറിനെതിരെയുള്ള ഒരു ശാരീരിക ആത്മാവ്. ഇവിടെ എത്തിയതു മുതൽ അയാൾ ആ വിധവയുടെ അടിമയായ തടവുകാരനായിരുന്നു. അതോ ഒരു അഗ്നിപർവ്വതത്തിന്റെയോ. ആർക്കെങ്കിലും ഇങ്ങനെയുള്ള ഒരു ഊരാക്കുടുക്കിൽ നിന്ന് രക്ഷപ്പെടാനാകുമോ? ഈ നിർദ്ദയയുദ്ധത്തിൽ തന്റെ ഒരു ഭാഗം, ശരീരത്തിന്റെ അവയവങ്ങളുടെയും പേശികളുടെയും ആക്രമണത്തിൽ നഷ്ടപ്പെടുമോ? എങ്ങനെ സംശയിക്കാതിരിക്കും? അലസ്സാൻഡ്രോയുടെ തലയില്ലാത്ത ശരീരം ഒരു ചിന്തിക്കാൻ ശക്തിയില്ലാത്ത കൊള്ളക്കാരനെപ്പോലെ തനിക്ക് സ്വതസിദ്ധമായി അവകാശപ്പെട്ട വാക്കുകളേയും ചിന്തകളേയും ഉപയോഗിക്കുകയാണോ?

തന്നെ തനിച്ചാക്കി അനന്ത പോയപ്പോൾ അയാൾ മടി ഉപേക്ഷിച്ച് കർട്ടന്റെ പാളികൾക്കിടയിലൂടെ വരുന്ന പാതി വെളിച്ചത്തിൽ ആ മുറിയിൽ നടന്നു. ആ സ്ഥലവുമായി അയാൾക്ക് എന്തോ ഒരു ബന്ധം ഉള്ളപോലെ തോന്നിത്തുടങ്ങി. അവിടെ കുമിഞ്ഞുകൂടിക്കിടന്ന സാധനങ്ങൾക്കിടയിൽ നിന്നും അയാൾക്ക് ഒരു ആൽബം കിട്ടി. അതിൽ അനന്ത കണ്ണുകളിൽ ഭയമില്ലാതെ ചിരിച്ചുകൊണ്ട് നിൽക്കുകയായിരുന്നു. അയാൾക്ക് അലസ്സാൻഡ്രോയെ കണ്ടുപിടിക്കാൻ ബുദ്ധിമുട്ട് ഇല്ലായിരുന്നു. ഒരു ബൈക്ക് റൈഡറുടെ വേഷത്തിൽ ഹെൽമറ്റുമായി അല്ലെങ്കിൽ ഒരു സ്വിംസ്യൂട്ടിൽ ഇറ്റലിയിലെ ഒരു ബീച്ചിൽ. അതേ ബലിഷ്ഠ ശരീരം. കൈയിൽ ആ നീലിച്ച ടാറ്റൂ. എല്ലാം നേരത്തെ എപ്പോഴോ കണ്ടതുപോലെ അയാൾക്ക് തോന്നി. പക്ഷേ ആ മനുഷ്യന് താനുമായി ഒരു സാമ്യവുമില്ലായിരുന്നു. സ്ത്രൈണതയുള്ള രൂപം. നീട്ടിവളർത്തിയ മുടിയും തിളങ്ങുന്ന നീലക്കണ്ണുകളും. വര വീണ നെറ്റി. നേരിയ ചുണ്ടുകൾ. ശരീരഘടനാ, ബ്ലഡ് ഗ്രൂപ്പ് അലർജി തുടങ്ങി പല കാര്യങ്ങളിലും ചേർച്ച നോക്കിയിരുന്നെങ്കിലും മുഖത്തിന്റെ സാമ്യം ഒട്ടും ആവശ്യമില്ലായിരുന്നു എന്നു തോന്നുന്ന ഈ അവയവമാറ്റത്തിന് ആ മനുഷ്യന് ഒരു ആകർഷണം ഉണ്ടെങ്കിലും സെഡറിക്കിന് ആ മുഖത്തിനോട് അതിയായ വെറുപ്പും അസൂയയും തോന്നി. അനന്ത, ആ ശരീരം സ്നേഹിക്കുമ്പോഴും തന്റെ മുഖത്തേക്ക് ഒരിക്കലും നോക്കുന്നേ ഉണ്ടായിരുന്നില്ല. പലപ്പോഴും അവൾ ഒരു ഷീറ്റ് കൊണ്ട് അത് മൂടുമായിരുന്നു. എന്നിരുന്നാലും കാഴ്ചക്കാരനായി ഇരിക്കുമ്പോഴും തലയിലെവിടെയോ ആ ശാരീരിക ബന്ധപ്പെടലിന്റെ അനക്കങ്ങൾ ഉണ്ടായിരുന്നു. അലസ്സാൻഡ്രോയുടെ ചിത്രം കണ്ട്, അയാൾ സ്വയം മറന്നു പോകുന്നപോലെ. താൻ അയാളായി മാറുന്നുവോ? ഒരു തലയും മറ്റൊരു ശരീരവും. ചിന്തയിൽ തിരിച്ചും മറിച്ചും മാറിമാറി

വന്നപ്പോൾ അത് ശരിക്കും തലകറക്കം ഉണ്ടാക്കി. യഥാർത്ഥത്തിൽ താൻ ജീവിക്കുന്നുണ്ടോ. അവയവ തലത്തിൽ നോക്കിയാൽ താൻ ഈ മനുഷ്യനായിരിക്കുന്നു. അയാളുടെ രക്തവും അയാളുടെ സ്വഭാവവും അയാളുടെ ഹൃദയമിടിപ്പും. ആ സുന്ദരിയായ വിധവ യുടെ കരങ്ങളിൽ ഒതുങ്ങിക്കൂടി താൻ ഇതിൽ നിന്ന് എങ്ങനെ രക്ഷപ്പെടും എന്ന് അയാൾ ഭയത്തോടെ ഓർത്തു.

മറ്റൊരവസരത്തിൽ ഒരു പെട്ടിയിൽ അയാൾ കുറെ പഴയ ന്യൂസ് പേപ്പറുകൾ മുറിച്ചതും മുറിക്കാത്തതുമായി കണ്ടു. അലസ്സാൻഡ്രോ ബ്രാഞ്ചിയുടെ അപകടത്തെക്കുറിച്ചുള്ള എല്ലാ ലേഖനങ്ങളും പത്ര വാർത്തകളും അവൾ ശേഖരിച്ചിരുന്നു. അയാളുടെ ചിരിച്ചുകൊണ്ടുള്ള മോട്ടറിസ്റ്റ് വേഷത്തിൽ ഉള്ള ചിത്രവും ആശുപത്രിയുടെ തീവ്ര പരി ചരണ വിഭാഗത്തിൽ ഇരിക്കുന്ന ചിത്രവും പത്രത്തിൽ കൊടുത്തി രുന്നു. സെഡറിക് എല്ലാ ലേഖനവും ശ്രദ്ധയോടെ വായിച്ചു. കഴിഞ്ഞ വർഷം ജൂലൈ 7ന് വോൾക്കാനോയുടെയും കടലിനും ഇടയിലുള്ള റോഡിൽ ഒരു വണ്ടി അപകടത്തിൽപ്പെട്ടു. ടുറീനിൽ തന്റെ അവയവ മാറ്റം നടക്കുന്നതിന് കൃത്യം ഒരു ദിവസം മുമ്പ്. അയാളെ ആംബു ലൻസിൽ പ്രിൻസിപ്പസ ജോലണ്ട ആശുപത്രിയിലേക്ക് കൊണ്ടു പോയി. അയാൾക്ക് തലച്ചോർ മരണം സംഭവിച്ചതായി അവർ സ്ഥിരീ കരിച്ചു. ഒരു സാധാരണ അപകടം. അയാളുടെ രക്തത്തിലെ മദ്യ ത്തിന്റെ അളവ് വളരെ അധികമായിരുന്നു. അതായത് മദ്യലഹരി യിലാണ് വണ്ടി ഓടിച്ചിരുന്നത്. മറ്റൊരു ബോക്സിൽ നിന്ന് മറ്റു പേപ്പറുകൾ, പാസ്പോർട്ടുകൾ തുടങ്ങിയവ കണ്ടെത്തി. അതിൽ അയാളുടെ പൊക്കവും കണ്ണുകളുടെ നിറവും ജനിച്ച സ്ഥലവും മറ്റും രേഖപ്പെടുത്തിയിരുന്നു. ടുണീഷ്യയിലെക്കുള്ള രണ്ട് വിസയും ഉണ്ടായിരുന്നു. പാസ്പോർട്ടിലെ വളരെ വ്യക്തതയുള്ള ചിത്രം കണ്ടിട്ട് അയാൾക്ക് ടാറ്റൂവിനു ചുറ്റും ചൊറിച്ചലും അസ്വസ്ഥതയും തോന്നി.

‘‘ഇതൊന്നും ശരിയല്ല സർ.’’

പെട്ടെന്ന് വാതിൽ കടന്നുവന്ന അനന്ത അയാളുടെ തിരച്ചിലുകൾ കണ്ട് ഉറക്കെ പറഞ്ഞു.

ഫ്രാൻസിൽ നിന്നുള്ള ഒരു മാധ്യമപ്രവർത്തക അയാളെ അന്വേ ഷിച്ചുകൊണ്ട് നഗരത്തിൽ ചുറ്റിത്തിരിയുന്നുണ്ട് എന്നുള്ള കാര്യം അവൾ അയാളിൽ നിന്നും മറച്ചുവെച്ചു. ഒരു കുറ്റവാളിയെ എന്ന പോലെ അവളെ തന്റെ വീടിന്റെ മുന്നിൽ നിന്നും താൻ ഓടിച്ചുവിട്ടു എന്ന കാര്യവും.

സെഡറിക് അവളുടെ നേരെ പത്രലേഖനങ്ങൾ നിറഞ്ഞ കൈ യുമായി തിരിഞ്ഞു. അയാൾക്ക് പെട്ടെന്ന് തോന്നി തന്റെ വിധി

നിശ്ചയിക്കുന്നത് ഈ കുറുക്കൻ കണ്ണുകളുള്ള സ്ത്രീയാണെന്ന്. എങ്ങനെയാണ് താൻ അവളിലേക്ക് എത്തിയത്? എന്താണ് തന്നെ ഇവിടേക്ക് നയിച്ചത്? അത് അയാൾക്ക് അറിയില്ലായിരുന്നു. അയാൾ എവിടെനിന്നാണ് വന്നതെന്നുകൂടി അയാൾ മറന്നിരുന്നു. അയാളുടെ പണ്ടത്തെ ഓർമ്മകൾ... പാരിസ്, ജനീവ റോം, ഇവയെല്ലാം ഓർമ്മയിൽ നിന്നു മാഞ്ഞുപോയി. തന്റെ ഓർമ്മകളെല്ലാം പൊടിപൊടിയായി പോയപോലെ. അയാൾക്ക് ഇനി ഈ ദ്വീപ് വിടാൻ പറ്റില്ല. ലോർണ അയാളെ ആകർഷിക്കുന്ന വ്യക്തിയായിരുന്നു. പക്ഷേ അത് യാഥാർഥ്യമാണോ അതോ വെറുമൊരു ആഗ്രഹം മാത്രമാണോ എന്ന് അയാൾക്ക് അറിയില്ലായിരുന്നു. പുറത്തെ ഇരുട്ടിൽ നിന്നോ ഹൃദയത്തിന്റെ അഗാധതയിൽ നിന്നോ എന്നറിയാത്ത ഒരു ശബ്ദം കേട്ടു. ''തന്റെ മൗനിയായ ഹൃദയത്തിൽ വെക്കുവാൻ.'' പുറത്തെ നിശ്ശബ്ദത തന്റെ ചെവിയിൽ എത്തിയപ്പോഴും അയാൾ കേട്ടത് അതാണ്.

''അവർ നിങ്ങളെ കൊല്ലുവാൻ വരികയാണ്.'' യുവതി ഗ്ലാസ്സിൽ മദ്യം ഒഴിച്ചു കൊണ്ട് പറഞ്ഞു. ''അവർക്ക് ആരോ ഇതിന് പണം കൊടുത്തിട്ടുണ്ട്. ഇവിടെ നിന്ന് നിങ്ങൾ എത്രയും പെട്ടെന്ന് പോകണം. എത്രയും അകലെ പോകാമോ അത്രയും അകലെ.'' പേടിച്ച് ഇരുണ്ട കണ്ണുകളോടെ അവൾ വീണ്ടും കുടിക്കുവാൻ ഒരുങ്ങി. എന്നിട്ട് ഭ്രാന്തമായി ചിരിക്കുവാൻ തുടങ്ങി. മരിച്ച ഒരാളെ ഭ്രാന്തമായി സ്നേഹിക്കാമെങ്കിൽ എന്തുകൊണ്ട് അയാളെ കൊന്നു കൂടാ. അവളുടെ കണ്ണുകൾ നിറഞ്ഞിരുന്നു.

''അലസ്സാൻഡ്രോ കുടിച്ചിട്ടില്ലായിരുന്നു.''

അവൾ കരഞ്ഞുകൊണ്ട് പറഞ്ഞു. ''അലസ്സാൻഡ്രോ, നീ ഒരു തുള്ളി മദ്യംപോലും കുടിച്ചിരുന്നില്ല. ഒരിക്കൽപോലും.''

ഉപസംഹാരം

സെബൻ പതിവുപോലെ തന്റെ ഡെസ്കിൽ ഇരുന്ന് ആ ദിവസത്തെ വാർത്തകൾ ലോകത്തിന് കൊടുത്തുകൊണ്ടിരിക്കുകയായിരുന്നു. അയാൾ വെറുതെ പുറത്തേക്ക് നോക്കി. ന്യൂസ് ഏജൻസിയിലെ മറ്റു ലേഖകർ അയാളെ അയാളുടെ കിറുക്കൻ പ്രവർത്തികൾക്ക് വിട്ട് ശല്യപ്പെടുത്താതെ അവരവരുടെ പ്രവൃത്തികളിലേർപ്പെട്ടു. മഴ പെയ്യുന്നുണ്ടായിരുന്നു അതുപോലെതന്നെ വാർത്തകളും അയാളുടെ മുന്നിൽ വന്നു വീണുകൊണ്ടിരുന്നു.

> ഒരു ഓസ്ട്രിയൻ ടീം തലച്ചോറിനാൽ നിയന്ത്രിക്കപ്പെടുന്ന ഒരു ബയോണിക് കൈ കണ്ടുപിടിച്ചിട്ടുണ്ട്. അത് ഒരു അവയവ മാറ്റം പോലെ തന്നെ ഗുണം ചെയ്യും. പല ദൈനംദിന കാര്യങ്ങളും അതിന് ചെയ്യാൻ സാധിക്കും. 1997 മുതൽ തുടങ്ങിയ അവയവമാറ്റ ശസ്ത്രക്രിയയേക്കാൾ അപകടം കുറഞ്ഞതാണ് ഇത്. അവയവ മാറ്റത്തിനുശേഷം ഇമ്മ്യൂണോ സപ്രഷൻ മരുന്നുകൾ തുടർച്ചയായി കഴിക്കേണ്ടിയിരിക്കുന്നു. അത് ചിലപ്പോൾ ചെന്നവസാനിക്കുന്നത് ആ രോഗിയുടെ ശരീരം സ്വീകരിക്കാത്ത കൈ വീണ്ടും എടുത്തു കളയുന്നതിൽ ആണ്.
>
> റേഡിയോ ആക്റ്റീവ് വെള്ളം ലീക്ക് ചെയ്യുന്നതായി കണ്ടുപിടിച്ചിരിക്കുന്നു. ജപ്പാനിലെ ഫുക്കുഷിമ ന്യൂക്ലിയർ റിആക്ടറിലാണ് ഇത് കണ്ടുപിടിച്ചിരിക്കുന്നത്.
>
> ആസ്ട്രോഫിസിക്സ് ഡിപ്പാർട്ട്മെന്റ് മെഗാ പ്ലാങ്ക് സാറ്റലൈറ്റ് കൊണ്ട് ആയിരം ഗാലക്സികളെ കണ്ടുപിടിച്ചിരിക്കുന്നു. അഞ്ച് മുതൽ പത്ത് ബില്യൻ പ്രകാശവർഷം അകലെയാണ് ഈ പുതുതായി കണ്ടുപിടിച്ച ഗാലക്സികൾ.

എന്തൊക്കെ തരം വാർത്തകളാണ് ദിവസവും ഏജൻസികൾ പടച്ചുവിടുന്നത്. ഇടയ്ക്ക് കിടക്കുന്ന നമുക്ക് എന്ത് താല്പര്യമാണ് ഈ വാർത്തകൾ കൊടുത്തുവാങ്ങലിൽ. സെബൻ മടുപ്പോടെ ദീർഘമായി നിശ്വസിച്ചു. ഇതിനിടയിൽ എന്തെങ്കിലുമൊക്കെ ഒരു രസം വേണ്ടേ. സെബന്നിന്റെ ഭാവന ചിറകുവിടർത്തി.

> മനുഷ്യമാംസം ഇംഗ്ലണ്ടിൽ ഇറച്ചിയുമായി തെറ്റിദ്ധരിക്കപ്പെടുവിച്ചത് എന്തോ ദുരൂഹത ഉളവാകുന്നു. അവിടെ മനുഷ്യനെ ബഹുമാനിക്കുന്ന ഒരിടം ആണ്. അതിനാൽ അവയെ തിരിച്ചു ഫ്രാൻസിലേക്കും ബെൽജിത്തിലേക്കും അയച്ചു. ഈ മനുഷ്യ ഇറച്ചി വന്നത് ഒരു റൊമേനിയൻ ഉൽപന്നത്തിൽ നിന്നാണ്. പക്ഷേ ബ്രിട്ടീഷ് പ്രധാനമന്ത്രി ഡേവിഡ് ക്യാമെറൂൺ ഇത് അംഗീകരിക്കുന്നില്ല.. ഇത് മറ്റൊരു പ്രശ്നത്തിലേക്ക് വഴി വെക്കുന്നു. മനുഷ്യ ഇറച്ചി മാർക്കറ്റിൽ ലഭ്യമാകുന്നുണ്ടോ?

സ്വെൻ ഒരു തമാശയ്ക്കുവേണ്ടി രൂപമാറ്റം വരുത്തിയ ഈ വാർത്ത തന്റെ കാലാവസ്ഥ നിരീക്ഷകൻ ആയ സുഹൃത്തിനു അയയ്ക്കാൻ പോകുകയായിരുന്നു അപ്പോഴാണ് തന്നെ ഞെട്ടിപ്പിക്കുന്ന വാർത്ത മുന്നിൽ പ്രത്യക്ഷമായത്. ‘‘അവയവദാനത്താൽ ശരീരം മാറ്റപ്പെട്ട ലോകത്തെ ആദ്യമനുഷ്യന്റെ ദാരുണമായ മരണം.’’ പക്ഷേ ലോർണ. അവളില്ലാതെ താൻ എങ്ങനെ ജീവിക്കും. പ്രമുഖ പത്രത്തിന്റെ വലിയ മാധ്യമപ്രവർത്തക. അവളെ ലോകത്തിന്റെ നാനായിടങ്ങളിൽ വാർത്ത ശേഖരിക്കുവാൻ അയച്ചിരുന്നു. അവൾക്ക് ഒന്നും സംഭവിച്ചിരിക്കില്ല. സ്വെൻ തുടർന്ന് വായിച്ചു.

> ‘‘മുഴുവൻ ശരീരവും ആദ്യമായി മാറ്റിവെയ്ക്കപ്പെട്ട മനുഷ്യനും അയാളുടെ കൂട്ടുകാരിയും കൊല്ലപ്പെട്ടു. ഇരുവരുടെയും മരണം മെഡിക്കൽ ഇൻഡസ്ട്രിയിൽ വലിയ ദുരൂഹത ഉണർത്തി. സെഡറിക് ഓടിച്ചിരുന്ന കാറിലായിരുന്നു രണ്ടുപേരെയും ദാരുണമായി കൊലപ്പെടുത്തിയ രീതിയിൽ കണ്ടെത്തിയത്. സെഡറിക് അലൻ വെബേഴ്സൺ. ഈ അടുത്ത് മരിച്ച ഫാർമസ്യൂട്ടിക്കൽ ബിസിനസ്സുകാരനായ സ്വിസ് പണക്കാരന്റെ ഏക മകൻ. ഈ ജൂൺ 30 മുതൽ ഇയാളെ കാണാനില്ലാതായിരുന്നു. അയാൾ La Stidda എന്ന സിസിലിയിലെ മാഫിയ സംഘത്തിന്റെ പിടിയിലായിരുന്നു. തുടർച്ചയായി കഴിക്കേണ്ട മരുന്നുകൾ ഇല്ലാതായതാണോ മരണകാരണം? വിടുതൽ പണം കൊടുക്കാത്തതുകൊണ്ട് അയാളെ കൊലപ്പെടുത്തിയതാണോ? അയാളുടെ കാമുകിയായ ലോർണ ലീറിനെ കൊന്നതിന് എന്തായിരിക്കും കാരണം. കൊല്ലപ്പെടുന്നതിനു തൊട്ടുമുമ്പ് ഫാർമസ്യൂട്ടിക്കൽ ഇൻഡസ്ട്രിയിലെ ചിലർ സെഡറിക്കിനെ കൊലപ്പെടുത്താൻ ശ്രമിക്കുന്നുണ്ടെന്ന് ഇൻവെസ്റ്റിഗേറ്റീവ് ജേർണലിസ്റ്റായ അവൾ കുറ്റപ്പെടുത്തിയിരുന്നു. കറ്റാനിയ വിമാനത്താവളത്തിൽവച്ച് അവൾ മിനിഞ്ഞാന്ന് രാത്രി പ്രിൻഡിഷെഡ്ഡോ ജൊലാൻഡാ ആശുപത്രിയിലെ അനസ്തേഷ്യ നേഴ്സിന്റെ ഒരു തുറന്നുപറച്ചിലിന്റെ വീഡിയോ പോസ്റ്റ് ചെയ്തിരുന്നു. ആ നേഴ്സ് പറഞ്ഞു: ഒരു മോട്ടോർ സൈക്കിൾ ഓടിച്ചിരുന്ന ആളെ ടൂറിനിലെ ശരീരമാറ്റ ശസ്ത്രക്രിയയ്ക്ക് രണ്ടു ദിവസം

> മുമ്പ് റോഡ് അപകടത്തെ തുടർന്ന് അവിടെ കൊണ്ടുവന്നിരുന്നു. അയാൾക്ക് വിശേഷിച്ച് യാതൊരു കുഴപ്പവുമില്ലായിരുന്നു എങ്കിലും ഒരു കാര്യം ഞാൻ ശ്രദ്ധിച്ചത് അയാൾ Propofol അല്ലെങ്കിൽ Etomidate പോലെ ഒരു ശക്തമായ സെഡേറ്റീവി (ഉറക്കമരുന്ന്)ന്റെ മയക്കത്തിലായിരുന്നു. ഇവിടത്തെ ഓപ്പറേഷനു ശേഷം അയാൾ മരണപ്പെട്ടതായി റിപ്പോർട്ട് ചെയ്തിരുന്നു. നേഴ്സിന്റെ പേര് വിവരങ്ങൾ വെളിപ്പെടുത്തിയിട്ടില്ല. ഈ സംഭവവും രണ്ടുപേരുടെ കൊലപാതകവുമായി ബന്ധം ഉണ്ടോ ഇല്ലയോ എന്ന് അറിയില്ല. എന്നാൽ ആ അവയവമാറ്റം ചെയ്യപ്പെട്ട ആളുടെ തല മാത്രമേ വണ്ടിക്കുള്ളിൽ ഉണ്ടായിരുന്നുള്ളൂ. അത് കാറിന്റെ ഡ്രൈവിംഗ് സീറ്റിലിരുന്ന, തലയിൽ വെടിയേറ്റ ലോർണയുടെ കാൽക്കീഴേ കിടക്കുകയായിരുന്നു. തട്ടിക്കൊണ്ടുപോയ ആൾക്കാരും മാഫിയ സംഘങ്ങളും പണം ഇറക്കുന്ന ബിസിനസ് ഗ്രൂപ്പുകളും തമ്മിലുള്ള സാമ്പത്തികമായ അവ്യക്തതകളായിരിക്കണം കൊലപാതക കാരണം. നിമിഷം തോറും ദുരൂഹത കൂടിക്കൊണ്ടിരിക്കുന്ന ഈ കൊലപാതകങ്ങളുടെ ആഴങ്ങളിലേക്കു പോയി ഇതിനൊരു ഉത്തരം കണ്ടെത്തുവാൻ ശ്രമിച്ചുകൊണ്ടിരിക്കുകയാണ് യൂറോപോളും ഇറ്റലിയിലെ മുഴുവൻ പൊലീസ് സേനയും.

''ഇതെനിക്ക് വിശ്വസിക്കുവാൻ പറ്റില്ല.'' സ്വെൻ ഉറക്കെ പറഞ്ഞു. ഈ വാർത്തയിൽ കാണിക്കുന്ന വിടുവായയായ നേഴ്സും ബന്ധികളെ മോചിപ്പിക്കുന്നതിന് നൽകാമെന്ന് പറഞ്ഞ തുകയേക്കാൾ അധികം പണം കൈപ്പറ്റി അവരെ വധിക്കുന്ന മാഫിയാസംഘങ്ങളും ഒന്നും അയാൾക്ക് വിശ്വസനീയമായില്ല. വാർത്താ ഏജൻസികളുടെ പ്രഥമ കർത്തവ്യം ഒരു വാർത്തയുടെ അന്തസ്സത്തയും സത്യാവസ്ഥയും പരിശോധിക്കുക എന്നല്ലേ. ഈ ഒരു വാർത്ത ഒട്ടുംതന്നെ വിശ്വസനീയമല്ല എന്ന് അയാൾക്കു തോന്നി. ഒരുപാട് സംസാരിക്കുന്ന ഒരു നേഴ്സും മാഫിയാ സംഘങ്ങളും. ഒരു മാധ്യമത്തിന് വേണ്ടിയുള്ള തന്റെ ഏറ്റവും വലിയ ദൗത്യം താൻ കൊടുക്കുന്നത് സ്ഥിരീകരിക്കപ്പെട്ട വാർത്തയാണോ എന്നതാണ്. എന്നാൽ ഈ ഒരു വാർത്തയ്ക്ക് യാതൊരു വിശ്വാസയോഗ്യതയും ഇല്ല.

■